മൂലധനം
ഒരു മുഖവുര

mooladhanam oru mughavura
•
e m s namboothiripad
•
first edition
december 1996
•
second edition
april 2008
•
third edition
february 2010
•
forth edition
january 2015
•
typesetting & published
chintha publishers, thiruvananthapuram
•
cover
shahul aliyar

വിതരണം
ദേശാഭിമാനി ബുക്ക് ഹൗസ്
H O തിരുവനന്തപുരം–695 035
phone: 0471-2303026, 6063026
www.chinthapublishers.com
chinthapublishers@gmail.com

ബ്രാഞ്ചുകൾ
ഹെഡ്ഡാഫീസ് ബ്രാഞ്ച് കുന്നുകുഴി • സ്റ്റാച്യു തിരുവനന്തപുരം • കെ എസ് ആർ ടി സി ബസ് സ്റ്റേഷൻ ആലപ്പുഴ • കെ എസ് ആർ ടി സി ബസ് സ്റ്റേഷൻ എറണാകുളം • ചിറ്റൂർ റോഡ് എറണാകുളം • മച്ചിങ്ങൽ ലെയ്ൻ തൃശൂർ • ഐ ജി റോഡ് കോഴിക്കോട് • മാവൂർ റോഡ് കോഴിക്കോട് • എൻ ജി ഒ യൂണിയൻ ബിൽഡിങ് കണ്ണൂർ • സെൻട്രൽ ബസ് ടെർമിനൽ കോംപ്ലക്സ് താവക്കര കണ്ണൂർ

CR - 1404 / 3564

മൂലധനം
ഒരു മുഖവുര

ഇ എം എസ് നമ്പൂതിരിപ്പാട്

ചിന്ത പബ്ലിഷേഴ്സ്
തിരുവനന്തപുരം-695 035

ഉള്ളടക്കം

രണ്ടാം വാല്യം
പരിക്രമണ പ്രക്രിയ

മൂന്നാം വാല്യം
മുതലാളിത്ത പ്രക്രിയ മൊത്തത്തിൽ

ആമുഖം

ഇന്ത്യൻ ഭാഷകളിൽ ആദ്യമായി മാർക്സിന്റെ *മൂലധനം* തർജ്ജുമ ചെയ്ത് പ്രസിദ്ധീകരിക്കപ്പെട്ടത് മലയാളത്തിലാണ്. 1968 മെയ് 5–ന് മാർക്സിന്റെ 150–ാം ജന്മവാർഷികത്തിൻ നാൾ അതിന്റെ ഒന്നാം വാല്യം പ്രസിദ്ധീകരിക്കപ്പെട്ടു. ഗ്രന്ഥത്തിന്റെ ചീഫ് എഡിറ്റർ കുറ്റിപ്പുഴ കൃഷ്ണ പിള്ളയും അസോസിയേറ്റ് എഡിറ്റർ സി ഉണ്ണിരാജയുമായിരുന്നു. ഈ ലേഖകനടക്കം 21 വിവർത്തകൻമാർ വിവിധ അധ്യായങ്ങൾ കൈകാര്യം ചെയ്തു. കൂട്ടായ യത്നത്തിന്റെ ഉത്തമമാതൃകയായിരുന്നു അത്.

ഗഹനമായ ഒരു വിഷയം കൈകാര്യം ചെയ്യുന്ന ശാസ്ത്രീയ ഗ്രന്ഥമാണ് *മൂലധനം:* ജർമൻ ഭാഷയിലെഴുതി ഇംഗ്ലീഷിലേക്ക് തർജ്ജുമ ചെയ്ത ആ ഗ്രന്ഥത്തിന്റെ മലയാളതർജ്ജുമയാണിത്. വിഷയഗൗരവവും ഇംഗ്ലീഷിലുള്ള സാങ്കേതികപദങ്ങൾ മലയാളത്തിലേക്ക് തർജ്ജുമ ചെയ്ത സാഹചര്യവും വച്ചുനോക്കുമ്പോൾ, സാധാരണ വായനക്കാർക്ക് ഇതിലെ പലഭാഗങ്ങളും മനസിലാക്കാൻ വിഷമമായിരിക്കും. പക്ഷേ, വിവിധ വിവർത്തകന്മാരുടെ ശൈലീ പ്രയോഗങ്ങൾ പരിശോധിച്ച് ഇംഗ്ലീഷിലുള്ള മൂലഗ്രന്ഥവുമായി ഒത്തുനോക്കിയ കുറ്റിപ്പുഴയുടെയും ഉണ്ണിരാജയുടെയും പരിശ്രമത്തിന്റെ ഫലമായി സാധാരണക്കാർക്ക് കഴിയുന്നത്ര സുഗ്രാഹ്യമായ ഒരു വിവർത്തനം തയാറായിട്ടുണ്ട്.

ഒന്നാം വാല്യത്തിന്റെ ഒന്നാം അധ്യായം മനസിലാക്കാൻ സാധാരണ വായനക്കാർ ഒരുപക്ഷേ വിഷമിച്ചേക്കുമെന്ന ബോധം മാർക്സിനുതന്നെയുണ്ടായിരുന്നു. പക്ഷേ, കഴിയുന്നത്ര ലളിതമാക്കാൻ താൻ ശ്രമിച്ചിട്ടുണ്ടെന്നും മനസിരുത്തി വായിച്ചാൽ ഏതു സാധാരണ വായനക്കാരനും ആ അധ്യായംപോലും മനസിലാവുമെന്നും അദ്ദേഹം ചൂണ്ടിക്കാണിച്ചു. ഇത് മലയാളതർജ്ജുമയ്ക്കും ബാധകമാണ്. കഴിയുന്നത്ര ലളിതമാക്കാൻ വിവർത്തകൻമാർ ശ്രമിച്ചിട്ടുണ്ടെങ്കിലും, ഒരു ശാസ്ത്രീയഗ്രന്ഥത്തിന്റെ തർജ്ജുമയിൽ ഉപയോഗിക്കേണ്ട സാങ്കേതികപദങ്ങൾ നിമിത്തം ഇത് മനസിലാക്കാൻ സാധാരണ വായനക്കാർ മെനക്കെട്ടു പഠിക്കുകതന്നെവേണം.

എന്നാൽ സാങ്കേതികപദങ്ങളുടെ ബാഹുല്യം നിമിത്തം ഉണ്ടാവാനിടയുള്ള വൈഷമ്യങ്ങളെ അതിജീവിക്കത്തക്ക നിലയിൽ തൊഴിലാളിവർഗത്തിന്റെ വിപ്ലവസന്ദേശം — ഉത്ഭവവും വളർച്ചയുമെന്നപോലെ അനിവാര്യമായ നാശവും ഉള്ള ഒരു വ്യവസ്ഥയാണ് മുതലാളിത്തമെന്ന സന്ദേശം — ഉൾക്കൊള്ളുന്നതിനാൽ തൊഴിലാളി വർഗ വീക്ഷണമുള്ളവർക്ക് മുഴുവൻ ഈ ഗ്രന്ഥം പഠിക്കുന്നതിനുവേണ്ടി ചെലവിടുന്ന സമയവും വിനിയോഗിക്കുന്ന മാനസികാധ്വാനവും ലാഭകരമായിത്തോന്നും.

ഗ്രന്ഥത്തിന്റെ മലയാളതർജ്ജുമ പ്രസിദ്ധീകരിച്ചിട്ട് 29 വർഷം കഴിഞ്ഞിരുന്നുവെങ്കിലും അത് എത്രത്തോളം പഠന വിധേയമായിട്ടുണ്ടെന്ന് നമുക്കറിഞ്ഞുകൂട. *തൊഴിലാളിവർഗത്തിന്റെ ബൈബിൾ* എന്നു വിശേഷിപ്പിക്കപ്പെട്ട ഈ ഗ്രന്ഥം അതർഹിക്കുന്ന വിധത്തിൽ നിഷ്കർഷയോടുകൂടി പഠിക്കപ്പെട്ടിട്ടുണ്ടോ എന്നറിഞ്ഞുകൂടാ. അത്തരമൊരു പഠനം ഇനിയെങ്കിലും തുടങ്ങുന്നതിന് വായനക്കാരെ സഹായിക്കുന്ന വിധത്തിൽ *മൂലധന*ത്തിന്റെ ആശയം സംഗ്രഹിച്ചു ചേർക്കുകയാണ് ഈ ലഘുഗ്രന്ഥത്തിൽ.

ഒന്നാം വാല്യം
23 വർഷത്തെ കൂട്ടായ തപസ്യ

മൂലധനം ഒന്നാംവാല്യം ജർമൻഭാഷയിൽ പ്രസിദ്ധീകരിക്കപ്പെട്ടത് 1867–ലാണെങ്കിലും അതിനുള്ള പ്രാരംഭജോലികൾ 1844–ൽ തന്നെ തുടങ്ങിയിരുന്നു. ആ വർഷത്തിലാണ് മാർക്സിന്റെ *സാമ്പത്തികവും ദാർശനികവുമായ കുറിപ്പുകൾ* എന്ന ലഘുഗ്രന്ഥം തയാറാക്കപ്പെട്ടത്. 1844 ഏപ്രിൽ മുതൽ ആഗസ്റ്റു വരെ ഉള്ള കാലത്ത് സ്വന്തം ആശയങ്ങൾ പ്രകടിപ്പിക്കുന്നതിനുവേണ്ടി മാർക്സ് എഴുതിയതാണ് ആ ലഘുഗ്രന്ഥം.

അതിന്റെ പൂർണരൂപം പ്രസിദ്ധീകരിച്ചത് 1932–ൽ മോസ്കൊവിലാണ്. ഒരു ദാർശനികനെന്ന നിലയ്ക്ക് തന്റെ ധൈഷണികജീവിതം തുടങ്ങിയ മാർക്സ് ദാർശനികവീക്ഷണം സാമ്പത്തിക പ്രശ്നങ്ങളിലേക്ക് വ്യാപിപ്പിക്കാൻ തുടങ്ങിയപ്പോഴാണ് തൊഴിലാളിയുടെ കൂലി, മൂലധന ഉടമയുടെ ലാഭം, ഭൂവുടമയുടെ പാട്ടം, പണത്തിന്റെ ശക്തി മുതലായ പ്രശ്നങ്ങളെക്കുറിച്ച് തന്റെ നിലപാടുകൾ വ്യക്തമാക്കിയത്. മാർക്സ് തന്നെ നടത്തിയ പുനഃശ്ചിന്തനം, മാർക്സും എംഗൽസും തമ്മിലുണ്ടായ ആശയവിനിമയം എന്നിവയുടെ ഫലമായി ഈ ലഘുഗ്രന്ഥത്തിൽ പ്രകടിപ്പിച്ച അഭിപ്രായങ്ങൾ പിന്നീട് കൂടുതൽ സമ്പുഷ്ടമാക്കപ്പെടുകയുണ്ടായി.

അതേ വർഷത്തിലാണ് എംഗൽസിന്റെ രണ്ട് പ്രധാന കൃതികൾ പുറത്തുവന്നത്. *അർഥശാസ്ത്ര വിമർശനത്തിന് ഒരു രൂപരേഖ* എന്നതാണ് ആദ്യത്തെ കൃതി. ബൂർഷ്വാ അർഥശാസ്ത്രം ഏറ്റവുമധികം വികസിച്ച ഇംഗ്ലണ്ടിൽ ജോലിചെയ്തു താമസിച്ച എംഗൽസ് ആ അർഥശാസ്ത്രകാരന്മാരുടെ കൃതികളെ വിമർശനാത്മകമായി പരിശോധിച്ച് തൊഴിലാളിവർഗത്തിന്റേതായ പുത്തൻ അർഥശാസ്ത്രം രൂപപ്പെടുത്താൻ ശ്രമിക്കുകയായിരുന്നു. ആ പ്രബന്ധത്തിന്റെ കോപ്പി കയ്യിൽ കിട്ടിയ മാർക്സ് അത് തന്റെ പത്രാധിപത്യത്തിൽ നടന്ന പത്രത്തിൽ

പ്രസിദ്ധീകരിക്കുകമാത്രമല്ല, അതിലെ ആശയങ്ങളെ ആസ്പദമാക്കി സ്വയം അർഥശാസ്ത്രപഠനം നടത്തിത്തുടങ്ങുകകൂടി ചെയ്തു. അങ്ങനെ അർഥശാസ്ത്ര പഠനത്തിൽ മാർക്സിന്റെ മുൻഗാമിയായി എംഗൽസ് രംഗത്തുവന്നു.

അതേവർഷം എംഗൽസ് മറ്റൊരു ഗ്രന്ഥം രചിച്ചു. *1844-ലെ ഇംഗ്ലണ്ടിലെ തൊഴിലാളിവർഗത്തിന്റെ ജീവിതസ്ഥിതിഗതികൾ.* ബൂർഷ്വാ സാമൂഹ്യവ്യവസ്ഥക്കു കീഴിൽ തൊഴിലാളിവർഗത്തിന് അനുഭവിക്കേണ്ടിവരുന്ന ചൂഷണമർദ്ദനങ്ങളുടെ ഒരു യഥാർഥ ചിത്രമായിരുന്നു ആ ഗ്രന്ഥം.

അങ്ങനെ അന്ന് ഏറ്റവുമധികം വളർച്ചപ്രാപിച്ച മുതലാളിത്ത രാജ്യമായിരുന്ന ഇംഗ്ലണ്ടിലെ ബൂർഷ്വാ അർഥശാസ്ത്രകാരന്മാരുടെ കൃതികളുടെ വിമർശനാത്മകമായ നിരൂപണവും ആ രാജ്യത്തെ തൊഴിലാളികളുടെ ജീവിതം സംബന്ധിച്ച വസ്തുതകളുടെ വിശദീകരണവും നടത്താൻ അന്ന് ഇംഗ്ലണ്ടിൽ താമസിച്ച എംഗൽസിന് കഴിഞ്ഞു.

മാർക്സും എംഗൽസും തമ്മിൽ വ്യക്തിബന്ധം പുലർത്തിത്തുടങ്ങുന്നതിനുമുമ്പ് അവരിരുവരും വെവ്വേറെ രചിച്ച മൂന്ന് കൃതികളാണ് ഇവിടെ പരാമർശിച്ചത്. അവർ പരസ്പരം ബന്ധപ്പെട്ട് ആശയവിനിമയം നടത്താൻ തുടങ്ങിയത് ഈ മൂന്നു കൃതികളും എഴുതിക്കഴിഞ്ഞതിൽ പിന്നീടാണ്. അങ്ങനെ നടന്ന ആശയവിനിമയത്തിന്റെ ഫലമായി മാർക്സിസ്റ്റ് അർഥശാസ്ത്രമെന്നു പറയപ്പെടുന്ന ദർശനശാഖ പൂർണരൂപത്തിൽ എത്തിയപ്പോഴാണ് 1859-ൽ *അർഥശാസ്ത്രത്തിന്റെ വിമർശനങ്ങൾക്ക് ഒരു സംഭാവന* എന്ന മാർക്സിന്റെ ഗ്രന്ഥം പ്രസിദ്ധീകരിക്കപ്പെട്ടത്. ആ ഗ്രന്ഥത്തിന്റെ ഉള്ളടക്കമാണ് 1867-ൽ പ്രസിദ്ധീകരിച്ച *മൂലധനം* ഒന്നാംവാല്യത്തിന്റെ ആദ്യത്തെ മൂന്നധ്യായങ്ങളിൽ സംക്ഷേപിച്ചുചേർത്തത്. ഒന്നാം ജർമൻ പതിപ്പിനുള്ള മുഖവുരയിൽ മാർക്സ് ഇങ്ങനെ പറഞ്ഞു.

> മുമ്പത്തെ പുസ്തകത്തിൽ ചുരുക്കം വാക്കുകളിൽ സൂചിപ്പിക്കുക്കമാത്രം ചെയ്തിരുന്നത് കുറെക്കൂടി പൂർണമായി പ്രതിപാദിക്കുക; മറിച്ച് പൂർണമായി പ്രതിപാദനം ചെയ്തത് ചുരുക്കം വാക്കുകളിൽ സംക്ഷേപിക്കുക - ഇത് രണ്ടും സാഹചര്യങ്ങൾ അനുവദിക്കുന്നിടത്തോളം ചെയ്തിട്ടുണ്ട്.

അതായത്, 1844-ൽ മാർക്സും എംഗൽസും വെവ്വേറെ തുടങ്ങിയതും പിന്നീട് അവർ ഇരുവരും ചേർന്ന് നടത്തിയതുമായ പഠനഗവേഷണങ്ങളുടെ ഫലമാണ് 1859-ൽ പ്രസിദ്ധീകരിച്ച മാർക്സിന്റെ കൃതി. എന്നാലത് ഒരു തുടക്കം മാത്രമായിരുന്നു. ആ കൃതിക്ക് മാംസവും മജ്ജയും നൽകാനുള്ള ജോലിയിൽ മാർക്സ് ഏർപ്പെട്ടു. അതിൽ മാർക്സിനെ ധൈഷണികമായി സഹായിക്കുക മാത്രമല്ല, ആ ജോലി

ചെയ്യുന്നതിനിടയ്ക്ക് മാർക്സിന് നേരിടേണ്ടിയിരുന്ന സാമ്പത്തിക വൈഷമ്യങ്ങൾ പരിഹരിക്കുകകൂടി ചെയ്യുന്നതിന് എംഗൽസ് നൽകിയ സേവനം അമൂല്യമാണ്. അതുകൊണ്ടാണ് 1867 ആഗസ്റ്റ് 16 ന് രാത്രി രണ്ടുമണിക്ക് എംഗൽസിന് മാർക്സ് ഇങ്ങനെ എഴുതിയത്:

> മുഖവുര തിരുത്തി ഇന്നലെ അയച്ചു. അങ്ങനെ *ഈ വാല്യം പൂർത്തിയായിരിക്കുന്നു.* താങ്കളെക്കൊണ്ടുമാത്രമാണ് ഇത് സാധ്യമായത്. എനിക്കുവേണ്ടി താങ്കൾ ചെയ്ത ആത്മത്യാഗം ഇല്ലായിരുന്നുവെങ്കിൽ ഈ മൂന്നു വാല്യങ്ങളുടെ ഭഗീരഥപ്രയത്നം എനിക്ക് ഒരുപക്ഷേ ഒരിക്കലും ചെയ്തുതീർക്കാൻ കഴിയുമായിരുന്നില്ല. കൃതജ്ഞതാപൂർണമായി ഞാൻ താങ്കളെ ആലിംഗനം ചെയ്യുന്നു.

ലോകചരിത്രത്തിൽ ഉണ്ടായിട്ടുള്ളതിൽ വച്ചേറ്റവും അവിസ്മരണീയവും ചരിത്രപ്രധാനവുമെന്ന് ലെനിൻ പിന്നീട് വിശേഷിപ്പിച്ച മാർക്സ് – എംഗൽസ് കൂട്ടായ്മയുടെ ഫലമാണ് *മൂലധന*മെന്ന് ഇതിൽ നിന്ന് വ്യക്തമാവുമല്ലൊ.

ഒന്നാം വാല്യത്തിന്റെ ജോലിമാത്രം പൂർത്തിയാക്കാനെ മാർക്സിന് കഴിഞ്ഞുള്ളു. അതിന്റെ തന്നെ പിന്നീടുള്ള പതിപ്പുകൾക്ക് മുഖവുര എഴുതിയത് എംഗൽസാണ്. കൂടാതെ രണ്ടും മൂന്നും വാല്യങ്ങൾ പ്രസിദ്ധീകരണയോഗ്യമാക്കുകയെന്ന ജോലിയും എംഗൽസിന് ഏറ്റെടുക്കേണ്ടിവന്നു. മാർക്സിനുതന്നെ അത് നിറവേറ്റാൻ കഴിയുമായിരുന്നെങ്കിൽ കൂടുതൽ ഉജ്ജ്വലമാവുമായിരുന്നുവെന്ന ബോധ്യത്തോടെയാണെങ്കിലും മാർക്സ് എഴുതിവച്ച കുറിപ്പുകളെ ആസ്പദമാക്കി രണ്ടും മൂന്നും വാല്യങ്ങൾ പ്രസിദ്ധീകരണയോഗ്യമാക്കിയത് എംഗൽസാണ്. അവയുടെയും മലയാളതർജ്ജുമ പുറത്തുവന്നിട്ടുണ്ട്.

എംഗൽസിനുപോലും പൂർത്തിയാക്കാൻ കഴിയാത്ത ഒരു നാലാം വാല്യം *മൂലധന*ത്തിനുണ്ട്. അത് പ്രസിദ്ധീകരണയോഗ്യമാക്കിയത് ജർമൻ സോഷ്യൽ ഡമോക്രാറ്റിക് പാർട്ടിയുടെ നേതാവായിരുന്ന കൗത്സ്കിയാണ്. അതും മോസ്കൊവിൽ പ്രസിദ്ധീകരിച്ചിട്ടുണ്ടെങ്കിലും അത് മലയാളത്തിലേക്ക് തർജ്ജുമ ചെയ്തിട്ടില്ല.

തർജ്ജുമ ചെയ്ത് പ്രസിദ്ധീകരിച്ച മലയാള ഗ്രന്ഥത്തിന്റെ മൂന്നു വാല്യങ്ങളിലൂടെ ഒരു ഓട്ടപ്രദക്ഷിണം നടത്താനാണ് ഞാനിവിടെ ശ്രമിക്കുന്നത്. മലയാളത്തിൽ വന്ന മൂലഗ്രന്ഥം വായിച്ചുപഠിക്കാൻ വായനക്കാരെ ഇത് സഹായിക്കുമെന്നും ഞാനാശിക്കുന്നു.

മൂലധനത്തിന്റെ പൊതു രൂപരേഖ

ഇതിനുമുമ്പ് ചൂണ്ടിക്കാണിച്ചതുപോലെ മൂന്ന് വാല്യമായാണ് *മൂലധനം* തയാറാക്കപ്പെട്ടത്. അതിൽ ആദ്യത്തേതിൽ മുതലാളിത്ത സമൂഹത്തിന്റെ മൗലികഘടകമായ ചരിത്രത്തിന്റെ പരിശോധനയിൽ നിന്നു തുടങ്ങി പണവും മൂലധനവും ഉത്ഭവിക്കുന്നതെങ്ങനെയെന്ന വിവരണത്തിലൂടെ മുതലാളിത്തോൽപ്പാദന പ്രക്രിയയുടെ ചൂഷണ സ്വഭാവം വിവരിക്കുന്നു.

രണ്ടാം വാല്യത്തിൽ ഉൽപ്പാദനത്തിലേർപ്പെട്ട മൂലധനം വീണ്ടും മൂലധനമായി തിരിച്ചുവരികയും ഉൽപ്പാദനപ്രക്രിയ തുടരുകയും ചെയ്യുക എന്ന അർഥത്തിലുള്ള 'മൂലധനത്തിന്റെ പരിക്രമണം' എന്ന പ്രക്രിയയാണ് പരിശോധനാവിധേയമാക്കിയത്.

മൂന്നാം വാല്യത്തിലാകട്ടെ മൂലധനത്തിന്റെ വളർച്ചയിൽ അത് കൈക്കൊള്ളുന്ന വിവിധ രൂപങ്ങളും അതിലൂടെ പ്രകടമാവുന്ന മുതലാളിത്ത പ്രതിസന്ധിയും വിശദീകരിക്കുന്നു.

മൂന്നുവാല്യങ്ങളും ചേർന്ന് മുതലാളിത്തത്തിന്റെ ചൂഷണ സ്വഭാവം മാത്രമല്ല അതിന്റെ നാശം അനിവാര്യമാണെന്ന സത്യവും പുറത്തുകൊണ്ടുവരുന്നു. അതുകൊണ്ടാണ് ഈ ഗ്രന്ഥം *തൊഴിലാളി വർഗത്തിന്റെ ബൈബിൾ* എന്ന വിശേഷണം അർഹിക്കുന്നത്.

ഈ ഗ്രന്ഥം പഠിക്കാനാഗ്രഹിക്കുന്ന വായനക്കാർ മാർക്സ് തന്നെ പൂർത്തീകരിച്ച് അച്ചടിക്കാൻ പ്രസിലേക്കയച്ച ഒന്നാം വാല്യം മാത്രമാണ് *മൂലധന*മെന്ന് ധരിക്കാനിടയുള്ളതിനാൽ അവർക്ക് ആദ്യമൊരു താക്കീത് നൽകാൻ ഞാനാഗ്രഹിക്കുന്നു. രണ്ടും മൂന്നും വാല്യങ്ങളുടെ മിനുക്കുപണി ചെയ്ത് അച്ചടിക്ക് കൊടുക്കുക എന്ന ജോലി എംഗൽസാണ് ചെയ്തതെങ്കിലും, മാർക്സ് തന്നെ നേരിട്ട് ആ ജോലി ചെയ്തു പൂർത്തിയാക്കിയ ഒന്നാംവാല്യംപോലെ രണ്ടും മൂന്നും വാല്യങ്ങൾകൂടി ശ്രദ്ധയോടെ പഠിക്കണമെന്ന് വായനക്കാരെ ഞാനോർമ്മപ്പെ

ടുത്തുന്നു. എന്തുകൊണ്ടെന്നാൽ; മൂന്ന് വാള്യങ്ങളും ചേർന്നാലെ മുതലാളിത്ത സാമൂഹ്യവ്യവസ്ഥയെ സംബന്ധിച്ചുള്ള മാർക്സിന്റെ അപഗ്രഥനം പൂർത്തിയാവുകയുള്ളൂ.

ഇവിടെ ഒരു കാര്യംകൂടി വായനക്കാരെ ധരിപ്പിക്കേണ്ടതുണ്ടെന്ന് ഞാൻ കരുതുന്നു. *മൂലധനം* ഒരു അർഥശാസ്ത്രഗ്രന്ഥമാണ്; അതിന്റെ പ്രതിപാദനരീതി അക്കാദമീയമാണ്. പക്ഷേ, ബഹുവിഷയ പണ്ഡിതനായിരുന്ന മാർക്സ് മറ്റെല്ലാ ശാസ്ത്രശാഖകളെയും പോലെ വിജ്ഞാനത്തിന്റെ പശ്ചാത്തലത്തിലാണ് അർഥശാസ്ത്ര പ്രശ്നങ്ങൾ തന്നെ പരിശോധിക്കുന്നത്. അദ്ദേഹത്തിന്റെ പരിശോധനയിൽപ്പെടാത്ത ഒരു ശാസ്ത്രശാഖയുമില്ല; എല്ലാത്തിന്റെയും പരിധിയിൽപ്പെട്ട വിജ്ഞാനം അർഥശാസ്ത്ര പരിശോധനയുടെ ഭാഗമായിത്തന്നെ മാർക്സ് ഉൾക്കൊള്ളിച്ചിട്ടുണ്ട്. അവയെ സംബന്ധിച്ചെല്ലാമുള്ള മാർക്സിസ്റ്റ് കാഴ്ചപ്പാട് മനസിലാക്കാൻ ഈ ഗ്രന്ഥത്തിന്റെ പാരായണം സഹായിക്കും.

ബൂർഷ്വാ അർഥശാസ്ത്രപണ്ഡിതന്മാരും മാർക്സും തമ്മിലുള്ള വ്യത്യാസം

ബൂർഷ്വാ അർഥശാസ്ത്രകാരന്മാരുടെ സിദ്ധാന്തങ്ങളെ വിമർശനാത്മകമായി പരിശോധിച്ചുകൊണ്ടാണ് എംഗൽസിന്റെയും മാർക്സിന്റെയും ആദ്യകാലരചനകളും മാർക്സിന്റെ *മൂലധനവും* വായനക്കാരുടെ മുമ്പിലെത്തിയിട്ടുള്ളത്. അവരും മാർക്സും തമ്മിൽ ഒരു പ്രധാന വ്യത്യാസമുണ്ടായിരുന്നു.

നിലവിലുള്ള സാമൂഹ്യ-സാമ്പത്തിക വ്യവസ്ഥയെ പരിശോധിക്കുകയും വിവരിക്കുകയും ചെയ്യാനാണ് ബൂർഷ്വാ അർഥശാസ്ത്രകാരന്മാർ ശ്രമിച്ചത്; ശാശ്വതമായി നിലനിൽക്കുന്ന ഒരു സാമൂഹ്യ സമ്പദ് വ്യവസ്ഥയാണ് മുതലാളിത്തമെന്നായിരുന്നു അവരുടെ സങ്കൽപ്പം.

മാർക്സാകട്ടെ, മുമ്പ് നിലവിലിരുന്ന സാമൂഹ്യസമ്പദ്വ്യവസ്ഥകളിൽനിന്ന് മുതലാളിത്തം എങ്ങനെ രൂപപ്പെട്ടുവെന്നും, അതിന്റെ വളർച്ചയിലൂടെ മുതലാളിത്തേതരമായ (സോഷ്യലിസത്തിന്റെയും കമ്യൂണിസത്തിന്റെയും) സാമൂഹ്യവ്യവസ്ഥ എങ്ങനെ രൂപംകൊള്ളുന്നുവെന്നും ചൂണ്ടിക്കാണിക്കാനാണ് ശ്രമിച്ചത്.

മുതലാളിത്ത രീതിയിലുള്ള ഉൽപ്പാദനക്രമത്തിലെ സമ്പത്ത് "ചരക്കുകളുടെ കൂറ്റൻ കൂമ്പാരമാണ്" എന്ന നിരീക്ഷണത്തോടെയാണ് ഒന്നാം അധ്യായത്തിലെ ഒന്നാം ഖണ്ഡിക തുടങ്ങുന്നതുതന്നെ. മാർക്സ് തുടരുന്നു. "സമ്പത്തിന്റെ യൂണിറ്റ് ചരക്കാണ്. തന്മൂലം നമ്മുടെ പരിശോധന ചരക്കിന്റെ വിശകലനം മുതൽ ആരംഭിക്കണം."

ഈ ആശയം വിശദീകരിച്ചുകൊണ്ട് ഒന്നാം ജർമൻ പതിപ്പിനുള്ള മുഖവുരയിൽ മാർക്സ് ഇങ്ങനെ എഴുതി:

> കഴിഞ്ഞ രണ്ടായിരത്തിലധികം കൊല്ലക്കാലത്ത് മൂല്യരൂപത്തിന്റെ അടിയിലോട്ട് ആണ്ടിറങ്ങാൻ മനുഷ്യമനസ്സ് നടത്തിയ ശ്രമങ്ങളെല്ലാം നിഷ്ഫലമായിരിക്കുകയാണ്. അതേയവസരത്തിൽ അതിനേക്കാൾ സമഗ്രവും സമ്മിശ്രവുമായ രൂപങ്ങളെ

സംബന്ധിച്ച് താരതമ്യേന കൂടുതൽ വിജയകരമായ വിശകലനം നടത്താൻ മനുഷ്യന് കഴിഞ്ഞിരിക്കുന്നു.

എന്തുകൊണ്ടിങ്ങനെ സംഭവിച്ചു എന്ന ചോദ്യം സ്വയം ചോദിച്ച് മാർക്സ് ഉത്തരം പറയുന്നു:

ഒരു സമഗ്രഘടകം എന്ന നിലയ്ക്കുള്ള ശരീരത്തിന്റെ പഠനം ആ ശരീരത്തിലെ വിവിധ സെല്ലുകൾ പഠിക്കുന്നതിനേക്കാൾ എളുപ്പമാണ്. പോരെങ്കിൽ, സാമ്പത്തിക രൂപങ്ങൾ വിശകലനം ചെയ്യുന്നതിനും സൂക്ഷ്മദർശനികളോ രാസപരീക്ഷക വസ്തുക്കളോ പ്രയോജനപ്പെടുകയില്ല. രണ്ടിനും പകരം സൂക്ഷ്മീകരണത്തിന്റെ ശക്തിയെ ഉപയോഗിക്കേണ്ടിയിരിക്കുന്നു. എന്നാൽ അധ്വാനത്തിന്റെ ഫലം ചരക്കിന്റെ രൂപം കൈക്കൊള്ളുന്നു, അല്ലെങ്കിൽ ചരക്കിന് മൂല്യമുണ്ടാവുന്നു എന്നത് ബൂർഷ്വാ സമ്പദ്വ്യവസ്ഥയുടെ ഏറ്റവും പ്രാഥമികരൂപമായ സെൽരൂപമാണ്. കാണുന്നതെന്തും തൊലിപ്പുറമേ നോക്കി പരിശോധിക്കുന്ന ഒരാൾക്ക് ഈ രൂപങ്ങളുടെ വിശകലനം സൂക്ഷ്മാംശങ്ങളിന്മേൽ കിടന്നു തിരിയുന്നതായി തോന്നാം. യഥാർഥത്തിൽ ആ വിശകലനം സൂക്ഷ്മാംശങ്ങളെയാണ് കൈകാര്യം ചെയ്യുന്നത്. ശരീരഘടനയെ സൂക്ഷ്മദർശനിയിലൂടെ പരിശോധിക്കുമ്പോഴും അതാണല്ലോ ചെയ്യുന്നത്.

ചരക്കുകളുടെയും പണത്തിന്റെയും അപഗ്രഥനം

ഈ കാഴ്ചപ്പാടോടെ തുടങ്ങുന്ന *മൂലധന*ത്തിന്റെ ഒന്നാം അധ്യായം ചരക്കുകളുടെ സ്വഭാവവും അവയുടെ കൈമാറ്റത്തിലൂടെ പണം രൂപപ്പെടുന്നതുമാണ് വിവരിക്കുന്നത്. ഇതാകട്ടെ, ചരക്കുകളുടെ കൈമാറ്റത്തിലൂടെ നിലവിൽവരുന്ന മൂലധനമായും അതിന്റെ പ്രവർത്തനത്തിലൂടെ മിച്ചമൂല്യമുണ്ടാവുന്ന പ്രക്രിയയായും വളരുന്ന കാര്യം അടുത്ത നാലധ്യായങ്ങളിൽ വിവരിക്കുന്നതിൽ ചെന്നെത്തുന്നു. അതുകൊണ്ട് നമുക്ക് ചരക്കിന്റെ സ്വഭാവവും അതിന്റെ കൈമാറ്റവും നടക്കുന്ന രീതിയും സംബന്ധിച്ച് മാർക്സിന്റെ അപഗ്രഥനത്തിലേക്ക് ആദ്യം ശ്രദ്ധതിരിക്കാം.

ഓരോ ചരക്കിനും രണ്ട് ഘടകങ്ങളുണ്ടെന്ന നിരീക്ഷണത്തിൽ നിന്നാണ് ചരക്ക് സംബന്ധിച്ച തന്റെ അപഗ്രഥനം മാർക്സ് തുടങ്ങുന്നത്. ഓരോ ചരക്കും ഒരേ സമയത്ത് ഉപയോഗമൂല്യത്തെയും കൈമാറ്റമൂല്യത്തെയും പ്രതിനിധാനം ചെയ്യുന്നു.

ചരക്കുൽപ്പാദിപ്പിക്കുന്ന ആൾക്ക് അതുകൊണ്ട് ഒരു ഉപയോഗവുമില്ല, അയാളെ സംബന്ധിച്ചിടത്തോളം താൻ ഉൽപ്പാദിപ്പിച്ച ചരക്ക് ഉപയോഗമൂല്യമല്ല. എന്നാൽ മറ്റൊരാൾക്ക് അത് ഉപയോഗമൂല്യമാണ്. അതായത് തനിക്ക് ഉപയോഗമൂല്യമില്ലാത്തതും മറ്റൊരാൾക്ക് ഉപയോഗമൂല്യമുള്ളതുമായ സാധനത്തിന്റെ കൈമാറ്റത്തിലൂടെയാണ് ആ ചരക്കിന്റെ ഉൽപ്പാദകന് ഉപയോഗമൂല്യമുള്ള ചരക്കുകിട്ടുന്നത്. അയാളെ സംബന്ധിച്ചിടത്തോളം താൻ ഉൽപ്പാദിപ്പിച്ച ചരക്കിന് കൈമാറ്റമൂല്യമാണ്, ഉപയോഗമൂല്യമല്ല ഉള്ളതെന്നർഥം.

എല്ലാ ചരക്കുകളുടെയും കൈമാറ്റമൂല്യം നിർണയിക്കുന്നത് അതതു ചരക്കുകൾ ഉൽപ്പാദിപ്പിക്കാനാവശ്യമായ സാമൂഹ്യാധ്വാനത്തിന്റെ അളവുനോക്കിയാണല്ലോ. എന്നാൽ ഈ സാമൂഹ്യാധ്വാനത്തിനുതന്നെ ഒരു ഇരട്ടസ്വഭാവമുണ്ട്. ആ ചരക്കുൽപ്പാദിപ്പിക്കാൻ ആവശ്യമായ മൂർത്തസ്വഭാവത്തോടുകൂടിയ അധ്വാനമാണ് ഒന്ന്. (ആശാരി

യുടെ, നെയ്ത്തുകാരന്റെ, കൃഷിക്കാരന്റെ, മറ്റും മറ്റും).

മൂർത്തസ്വഭാവത്തോടുകൂടിയ വിവിധങ്ങളായ അധ്വാനങ്ങളെ ഏകോപിപ്പിക്കുന്ന ഒരു പൊതു മനുഷ്യാധ്വാനം കൂടി ഓരോ ചരക്കിലും ഉൾപ്പെട്ടിരിക്കുന്നു. ആ പൊതു മനുഷ്യാധ്വാനത്തെ അളക്കുന്നതാകട്ടെ, ശരാശരി കണക്കിൽ ആശാരിയോ നെയ്ത്തുകാരനോ കൃഷിക്കാരനോ ചരക്കുകളുൽപ്പാദിപ്പിക്കാൻ ചെലവിടുന്ന സമയം നോക്കിയാണുതാനും. ആശാരിയും നെയ്ത്തുകാരനും കൃഷിക്കാരനും മറ്റു മേഖലകളിൽ അധ്വാനിക്കുന്നവരും ശരാശരി നിരക്കിൽ ശരാശരി ഇത്ര മണിക്കൂർ ജോലി ചെയ്തുണ്ടാക്കുന്ന ഉൽപ്പന്നങ്ങളാണ് അവർ പരസ്പരം കൈമാറുന്നത്.

ഓരോ ചരക്കിലും ഉൾക്കൊള്ളുന്ന മനുഷ്യാധ്വാനമാണ് മൂല്യത്തിനടിസ്ഥാനമെന്ന സിദ്ധാന്തം ബൂർഷ്വാ അർഥശാസ്ത്രകാരന്മാർ തന്നെ ആവിഷ്കരിച്ചിരുന്നു. അത് മാർക്സിന്റെ സംഭാവനയല്ലെന്നർഥം. അതിൽ നിന്നുതുടങ്ങി പണം, മൂലധനം, ചൂഷണം എന്നിവയുൾക്കൊള്ളുന്ന മുതലാളിത്ത വ്യവസ്ഥയായി വളരുന്നതിന്റെ മൂർത്ത വിവരണമാണ് മാർക്സിന്റെ സംഭാവന.

ഇതിനുവേണ്ടി മാർക്സ് ഉപയോഗിച്ച താത്വികാപഗ്രഥന രീതിയിലേക്ക് കടന്നുചെല്ലാതെ — അതുചെയ്യാൻ വായനക്കാരെ ക്ഷണിച്ചുകൊണ്ട് — ചരക്കു കൈമാറ്റം പടിപടിയായി വളർന്നതെങ്ങനെ എന്ന് ഇവിടെ സംക്ഷേപിച്ചു പറയാം.

ചരക്കുൽപ്പാദനമോ കൈമാറ്റമോ നടക്കാതിരുന്ന ഒരു ചരിത്രകാലഘട്ടമുണ്ടായിരുന്നു. സ്വന്തം ആവശ്യത്തിനുള്ള ജീവിത സാമഗ്രികൾ സ്വയം ഉൽപ്പാദിപ്പിക്കുകയായിരുന്നു അന്നത്തെ രീതി. അതിൽ ചരക്കിനോ ചരക്കു കൈമാറ്റത്തിനോ സ്ഥാനമില്ലായിരുന്നു.

ഈ രീതി പൊതുവിൽ തുടരുമ്പോൾ തന്നെ സാമൂഹ്യമായ ഉൽപ്പന്നങ്ങളിൽ ചെറിയ ഒരംശം ചരക്കെന്ന നിലയ്ക്ക് കൈമാറ്റം ചെയ്യാൻ തുടങ്ങി. അതിനെ മാർക്സ് വിളിക്കുന്നത് പ്രാഥമികമായ അഥവാ യാദൃച്ഛികമായ ചരക്കു കൈമാറ്റമെന്നാണ്. അവിടെയും ചരക്കു കൈമാറ്റത്തിനടിസ്ഥാനം കൈമാറുന്ന ചരക്കുകളിൽ അടങ്ങിയ ശരാശരി സാമൂഹ്യാധ്വാനമാണ്.

എന്നാൽ ക്രമേണ ചരക്കുകളുടെ ഉൽപ്പാദനവും കൈമാറ്റവും കൂടുതൽ വളർന്നുവന്നു. ഒരു ചരക്കിനെ മറ്റൊരു ചരക്കിനുവേണ്ടി കൈമാറ്റം നടത്തുകയും രണ്ടിലുമടങ്ങിയ സാമൂഹ്യാധ്വാനം താരതമ്യപ്പെടുത്തുകയും ചെയ്യുന്നതിന് പകരം വിവിധങ്ങളായ ചരക്കുകളിൽ അടങ്ങിയ സാമൂഹ്യാധ്വാനങ്ങൾ താരതമ്യപ്പെടുത്തുകയും അതിന്റെ അടിസ്ഥാനത്തിൽ കൈമാറ്റം നടക്കുകയുമെന്ന രീതി വരാൻതുടങ്ങി. ഇതിന് മാർക്സ് നൽകുന്ന പേര് "മൂല്യത്തിന്റെ സമ്പൂർണ — അഥവാ വിപുലീകൃതമായ — രൂപം" എന്നാണ്. മുമ്പത്തെ ഘട്ടത്തിലേക്കാൾ വളരെ വ്യാപകമായി ചരക്കു കൈമാറ്റം നടക്കാൻ തുടങ്ങി. വിവിധ ചര

ക്കുകളിൽ അടങ്ങിയ സാമൂഹ്യാധ്വാനങ്ങളെ അന്യോന്യം താരതമ്യപ്പെടുത്താൻ കഴിഞ്ഞു എന്നർഥം.

ഇതിന്റെ വളർച്ചയിലൂടെയാണ് "മൂല്യത്തിന്റെ സാമാന്യരൂപം" എന്ന് മാർക്സ് വിളിക്കുന്ന ഒരു കൈമാറ്റരീതി ഉയർന്നുവന്നത്. വിവിധ ചരക്കുകളിൽ അടങ്ങിയ സാമൂഹ്യാധ്വാനം അളന്നു താരതമ്യപ്പെടുത്തുന്നതിന് ഏതെങ്കിലും ഒരു ചരക്കിനെ പൊതുചരക്കായി അംഗീകരിക്കുകയാണ് ഈ ഘട്ടത്തിൽ നടക്കുന്നത്. അങ്ങനെ അംഗീകരിക്കപ്പെട്ട ചരക്കിന് ചരക്കു കൈമാറ്റത്തിൽ നിർണായക സ്വഭാവമുണ്ടായിരുന്നു.

ഈ സ്ഥാനം വഹിച്ചത് ആദ്യകാലത്ത് കന്നുകാലികളായിരുന്നു. പിന്നീട് മറ്റു പല ചരക്കുകളും കൈമാറ്റത്തോത് നിർണയിക്കുന്നതിനുള്ള മാധ്യമമായി ഉപയോഗിക്കപ്പെട്ടു. അതിന്റെ വളർച്ചയിലാണ് വെള്ളിയും സ്വർണവും ചരക്കുകൈമാറ്റത്തിനുള്ള മാധ്യമങ്ങളായി ഉപയോഗിക്കാൻ തുടങ്ങിയത്. വിവിധ ചരക്കുകൾക്കോരോന്നിനും ഇന്ന തൂക്കമുള്ള വെള്ളി അല്ലെങ്കിൽ സ്വർണം എന്ന കണക്കുവന്നു.

അതിന്റെയും വളർച്ചയെത്തിയ രൂപമാണ് ഇന്നതൂക്കമുള്ള സ്വർണം അല്ലെങ്കിൽ വെള്ളിക്കുപകരം അത്രയും സ്വർണമോ വെള്ളിയോ കൊടുക്കാമെന്ന ഔദ്യോഗിക വാഗ്ദാനത്തിന്റെ അടിസ്ഥാനത്തിൽ ഗവൺമെന്റുകൾ നോട്ടുകളടിക്കാൻ തുടങ്ങിയത്. ഗവൺമെന്റുകളുടെ വാഗ്ദാനങ്ങളെ അടിസ്ഥാനമാക്കിയ നോട്ടുകളിൽ നിന്നു മുമ്പോട്ടുപോയി വ്യാപാരികളും വ്യവസായികളും മുൻകൂട്ടി നൽകുന്ന വാഗ്ദാനങ്ങളുടെ അടിസ്ഥാനത്തിലും ഇടപാടുകൾ നടക്കാൻ തുടങ്ങി.

ഈ ചരിത്രപ്രക്രിയയുടെ താത്വികവും അക്കാദമീയവുമായ വിശദീകരണമാണ് 'ചരക്കുകളും പണവും' എന്ന ഒന്നാം അധ്യായത്തിലെ മൂന്ന് ഖണ്ഡത്തിൽ മാർക്സ് നടത്തിയിട്ടുള്ളത്. മാർക്സ് തന്നെ ചൂണ്ടിക്കാണിച്ചതുപോലെ, ഈ വിശദീകരണം ലളിതമല്ല. പക്ഷേ തുടർന്ന് വരാൻപോവുന്ന മൂലധനത്തിന്റെ പ്രവർത്തനം, അതിൽനിന്നുയർന്നുവരുന്ന സങ്കീർണപ്രശ്നങ്ങൾ എന്നിവ മനസിലാക്കാൻ ഇത് അത്യാവശ്യമാണ്.

പണം നിർവഹിക്കുന്ന ചുമതലകൾ

ചരക്കുകളുടെ കൈമാറ്റത്തിൽ നിന്നുതുടങ്ങി പണത്തിന്റെ ഉദ്ഭവത്തിൽ ചെന്നെത്തിയ പ്രക്രിയയാണല്ലൊ ഇതേവരെ വിവരിച്ചത്. ഇനി പണം ഉദ്ഭവിച്ചതുമുതൽ മുതലാളിത്ത സമൂഹത്തിൽ എന്തെല്ലാം ചുമതലകൾ നിറവേറ്റേണ്ടതുണ്ടെന്ന് പരിശോധിക്കേണ്ടതുണ്ട്. ആ പരിശോധനയിലേക്കാണ് *മൂലധനം* ഒന്നാം വാല്യത്തിന്റെ മൂന്നാം അധ്യായത്തിൽ മാർക്സ് കടക്കുന്നത്.

കൈമാറ്റം ചെയ്യപ്പെടുന്ന ചരക്കുകളുടെ മൂല്യം — അവയിൽ അടങ്ങിയ ശരാശരി അധ്വാനം — അളക്കാനുള്ള മാധ്യമമായാണ് പണം തുടങ്ങുന്നത്. മുതലാളിത്ത സമൂഹത്തിലെന്നപോലെ വ്യാപകമായിട്ടല്ലാതെ രണ്ട് ചരക്കുടമസ്ഥന്മാർ തമ്മിൽ കൈമാറ്റം നടത്തുമ്പോൾ അതിനടിസ്ഥാനം ഓരോരുത്തരുടെയും കൈവശമുള്ള ചരക്കിൽ അടങ്ങിയ അധ്വാനമാണല്ലൊ. ആ അധ്വാനം നിശ്ചയിക്കാൻ മുതലാളിത്ത സമൂഹത്തിൽ ഉപയോഗിക്കുന്ന അളവുകോൽ പണമാണ്.

വിൽപ്പനയ്ക്ക് വച്ച ചരക്ക് ഉൽപ്പാദിപ്പിക്കാൻ ചെലവായ ശരാശരി പണത്തിന്റെ അടിസ്ഥാനത്തിലാണ് ആ ചരക്കിലടങ്ങിയ സാമൂഹ്യാധ്വാനം അളക്കുന്നത്. ഇന്നത്തെപ്പോലെ സാർവത്രികമായി ചരക്കുകൈമാറ്റം നടക്കുന്ന സ്ഥിതിയുളവാവുന്നതിനുമുമ്പ്, ചരക്കുടമയും അയാളിൽ നിന്ന് ചരക്കുവാങ്ങുന്ന ആളും തമ്മിൽ മാത്രം കൈമാറ്റം നടക്കുമ്പോൾ ആദ്യത്തെയാൾ ചരക്കുൽപ്പാദിപ്പിക്കാൻ, എത്രപണം ചെലവാക്കിയെന്നാണ് നോക്കിയിരുന്നത്. ഇതാണ് ആധുനിക മുതലാളിത്ത സമൂഹത്തിൽ നടക്കുന്ന ഓരോ ചരക്കുകൈമാറ്റത്തിന്റെയും അടിസ്ഥാനം.

എന്നാൽ ക്രമേണ ക്രമേണയായി ചരക്കുകളുടെ കൈമാറ്റം കൂടുതൽ സാർവത്രികമാവാൻ തുടങ്ങി. ഒരു ചരക്കുവിൽക്കുന്നയാളും അത് വാങ്ങുന്നയാളും എന്ന സ്ഥിതിയിൽനിന്ന് ഒട്ടേറെ ഉൽപ്പാദകരും ഉപഭോ

ക്താക്കളും തമ്മിലുള്ള കൈമാറ്റമെന്ന സ്ഥിതിവന്നു. സ്വന്തം ചരക്ക് വിറ്റുകിട്ടുന്ന പണമുപയോഗിച്ച് മറ്റൊരു ചരക്ക് വാങ്ങുക, അത് വിറ്റ് മറ്റൊന്ന് വാങ്ങുക — ഈ രീതിയിൽ ഒട്ടേറെ കൈമാറ്റങ്ങളിൽ ചരക്കുട മയായും ചരക്കുവാങ്ങുന്നയാളുമായി ഓരോരുത്തരും മാറുന്നു. ഈ ചങ്ങലയിലുള്ള വിവിധ ഉൽപ്പാദകരേയും ഉപഭോക്താക്കളേയും കൂട്ടി യിണക്കുന്ന ചങ്ങലയായി പണം പ്രവർത്തിക്കാൻ തുടങ്ങി.

ഒരു ചരക്കുവാങ്ങി അത് മറ്റൊരാൾക്ക് വിൽക്കുകയും അതിൽ നിന്നുകിട്ടുന്ന പണമുപയോഗിച്ച് മറ്റൊരു ചരക്കുവാങ്ങുകയും തുടർന്ന് നാലോ അഞ്ചോ അധികവട്ടം വാങ്ങുകയും വിൽക്കുകയും ചെയ്യുന്ന രീതിവന്നു.

ഇവിടെ പണം നിറവേറ്റുന്ന ചുമതല ചരക്കുകൈമാറ്റത്തിലട ങ്ങിയ സാമൂഹ്യാധ്വാനത്തിന്റെ മൂല്യം പണമായി നിർണയിക്കുകയല്ല. പിന്നെയോ? ഒന്നിനുപുറമെ മറ്റൊന്നായി നടക്കുന്ന വാങ്ങലുകൾക്കും വിൽക്കലുകൾക്കും അടിസ്ഥാനമായ പൊതു സാമൂഹ്യമൂല്യം നിർണ യിച്ച് തുടരത്തുടരെയുള്ള കൈമാറ്റങ്ങളിൽ അടങ്ങിയ സാമൂഹ്യമൂല്യ ത്തിന്റെ കണക്കുവയ്ക്കലാണ്.

ഇതിനുമുമ്പ് ചൂണ്ടിക്കാണിച്ചതുപോലെ ഈ പ്രക്രിയയുടെ ആദ്യഘട്ടത്തിൽ നിരന്തരം നടക്കുന്ന കൊള്ളക്കൊടുക്കലുകൾക്കടി സ്ഥാനമായ സാമൂഹ്യമൂല്യം നിർണയിക്കാൻ കന്നുകാലികൾ തൊട്ട് പല ചരക്കുകളും കൈമാറ്റ ചരക്കുകളായി സമൂഹത്തിൽ പ്രവർത്തിച്ചി ട്ടുണ്ട്. ആ പ്രക്രിയയുടെ ഒരു ഘട്ടത്തിലാണ് ചെമ്പ്, ഇരുമ്പ് മുതലായ വസ്തുക്കളിൽ നിന്നുതുടങ്ങി സ്വർണംവരെ എത്തുന്ന ഒരു കൈമാറ്റച്ച രക്ക് രൂപംകൊണ്ടത്. ഇന്ന തൂക്കത്തിലുള്ള സ്വർണം അല്ലെങ്കിൽ വെള്ളി സാമൂഹ്യാധ്വാനമെന്ന മൂല്യത്തിന്റെ അളവുകോലായും ഒന്നി നുപുറമെ മറ്റൊന്നായി നടക്കുന്ന കൊള്ളക്കൊടുക്കലുകളുടെ കണക്ക് വയ്ക്കാനുള്ള മാധ്യമമായും ഉപയോഗിക്കാമെന്നുവന്നു.

ഇതിനുമുമ്പ് സൂചിപ്പിച്ചതുപോലെ, സാമൂഹ്യാധ്വാനം കൈമാറ്റം ചെയ്യാനും തുടരത്തുടരെ നടക്കുന്ന കൈമാറ്റങ്ങളുടെ കണക്ക് വയ്ക്കാനും ഉപയോഗിക്കുന്ന സ്വർണത്തിനുപകരം ഗവൺമെന്റടി ക്കുന്ന നോട്ടുകളും വ്യാപാരികളും വ്യവസായികളും തമ്മിൽ തമ്മിൽ നടത്തുന്ന പണവാഗ്ദാനങ്ങളെ സൂചിപ്പിക്കുന്ന രേഖകളും പണ ത്തിന്റെ സ്ഥാനം കയ്യേറി.

പക്ഷേ ഒന്നിനുപുറമെ മറ്റൊന്നായി നടക്കുന്ന ചരക്കുകൈമാറ്റങ്ങ ളിൽ ചിലേടത്ത് ചിലപ്പോൾ വിടവുവന്നു. കൊള്ളക്കൊടുക്കലുകളുടെ ഫലമായി പണം കയ്യിൽകിട്ടുന്ന ചിലർ അതുപയോഗിച്ച് മറ്റ് ചരക്കു കൾ വാങ്ങുന്നതിനുപകരം പണമായിത്തന്നെ സൂക്ഷിക്കാൻ തുടങ്ങി. പണമായി ഉപയോഗിക്കുന്ന സ്വർണമോ വെള്ളിയോ ചരക്കുകളുടെ കൈമാറ്റത്തിനുപയോഗിക്കാതെ സ്വർണമോ വെള്ളിയോ ആയി പണ പ്പെട്ടിയിൽ സൂക്ഷിക്കുകയോ സ്വർണമോ വെള്ളിയോ ആഭരണങ്ങ

ളാക്കി അണിയുകയോ ചെയ്യുക എന്ന സ്ഥിതി വന്നു. (ഇത്തരത്തിൽ സ്വർണവും വെള്ളിയും പണമായി ഉപയോഗിക്കുന്നതിന് പകരം സൂക്ഷിച്ചുവയ്ക്കുകയോ ആഭരണങ്ങളുണ്ടാക്കാൻ ഉപയോഗിക്കുകയോ ചെയ്യുന്ന ഇന്ത്യയെപ്പോലുള്ള രാജ്യങ്ങളുടെ ഉദാഹരണം മാർക്സ് എടുത്തുപറയുന്നു.) ഇതിനർഥം ചരക്കുകളുടെ കൊള്ളക്കൊടുക്കലുകൾക്കുപയോഗിക്കേണ്ട സ്വർണവും വെള്ളിയും നാണ്യമല്ലാതെ അതിന്റെ സ്വന്തം രൂപത്തിൽ തുടരുന്നുവെന്നാണ്. ഇതുപോലുള്ള ഓരോ സംഭവവും മുതലാളിത്ത സമൂഹത്തിൽ നിരന്തരം നടക്കുന്ന കൊള്ളക്കൊടുക്കലുകൾക്ക് താൽക്കാലികമായി നേരിടുന്ന തടസമാണെന്ന് പറയേണ്ടതില്ലല്ലൊ.

പണത്തിന്റെ മറ്റൊരു ഉപയോഗത്തേയും മാർക്സ് പരാമർശിക്കുന്നുണ്ട്. കൂടുതൽ പണമുണ്ടാക്കാനുള്ള മാർഗമായി പണത്തെ ഉപയോഗിക്കലാണത്. ഒരു നിശ്ചിത വിലയ്ക്ക് ചരക്കുവാങ്ങി അതിനേക്കാൾ കൂടുതൽ വിലയ്ക്ക് വിൽക്കുക അല്ലെങ്കിൽ ചരക്കൊന്നും വാങ്ങാതെ കയ്യിലുള്ള പണം ആവശ്യമുള്ള മറ്റൊരാൾക്ക് കൊടുത്ത് കൂടുതൽ പണമുണ്ടാക്കുക – ഈ രണ്ടിനും പണം ഉപയോഗിക്കപ്പെടുന്നുണ്ട്.

ഇതിലാദ്യത്തേത് കച്ചവടലാഭമാണ്, രണ്ടാമത്തേത് കടപ്പലിശയും. രണ്ടും സംബന്ധിച്ച വിശദമായ വിശകലനം *മൂലധന*ത്തിന്റെ മൂന്നാം വാല്യത്തിലാണ് മാർക്സ് നടത്തുന്നത്.

പക്ഷേ ചരക്ക് കൈമാറ്റങ്ങളുടെ ഫലമായി പണം സാർവത്രികമായി ഉപയോഗിക്കാൻ തുടങ്ങുമ്പോൾ ചരക്കുകൈമാറ്റങ്ങളുടെയും പണത്തിന്റെയും മേഖലയിൽ ഒരു പ്രധാന മാറ്റംവരുന്നതായി ഒന്നാം വാല്യത്തിൽ തന്നെ മാർക്സ് ചൂണ്ടിക്കാണിക്കുന്നു: തുല്യമൂല്യങ്ങളുള്ള ചരക്കുകളുടെ കൈമാറ്റമെന്ന പ്രക്രിയയിൽ നിന്ന് പണം ഉദ്ഭവിക്കുമ്പോൾ ആ പണം തന്നെ ഉപയോഗിച്ച് കൂടുതൽ പണമുണ്ടാക്കാമെന്ന സ്ഥിതിവരുന്നു; പണം *മൂലധന*മായി മാറുന്നുവെന്നർഥം.

ഇതെങ്ങനെ വന്നുവെന്നാണ് മാർക്സ് പിന്നീട് പരിശോധിക്കുന്നത്. ഓരോ ചരക്കിലും അടങ്ങിയ ശരാശരി സാമൂഹ്യാധ്വാനമാണ് കൊള്ളക്കൊടുക്കലുകൾക്കടിസ്ഥാനം. ഒരു ഉൽപ്പാദകനും ഒരു ഉപഭോക്താവും താൻ കൈകാര്യം ചെയ്യുന്ന ചരക്കിലടങ്ങിയ സാമൂഹ്യാധ്വാനത്തേക്കാൾ കുറഞ്ഞോ കൂടിയോ ഉള്ള തോതിൽ വാങ്ങുകയോ വിൽക്കുകയോ ചെയ്യുന്നില്ല. ഏതെങ്കിലുമൊരാൾ അങ്ങനെ ചെയ്താൽ ഒരാൾക്ക് വരുന്ന നഷ്ടവും മറ്റൊരാൾക്ക് കിട്ടുന്ന ലാഭവും തമ്മിൽ തട്ടിക്കിഴിക്കപ്പെടുന്നു. സമൂഹത്തിലാകെ നോക്കിയാൽ ശരാശരി സാമൂഹ്യാധ്വാനമാണ് കൊള്ളക്കൊടുക്കലുകൾക്കടിസ്ഥാനമെന്ന സത്യം തെളിയുന്നു. അപ്പോൾ പിന്നെ വ്യാപാരലാഭവും പലിശയും എവിടെ നിന്നുവരുന്നു? ഈ ചോദ്യത്തിന് മാർക്സ് കണ്ടെത്തിയ ഉത്തരമാണ് അർഥശാസ്ത്രത്തിന് അദ്ദേഹം നൽകിയ സംഭാവന.

ചരക്കുകൾക്ക് മൂല്യം നിർണയിക്കുന്നത് അവയുടെ ഉൽപ്പാദന

ത്തിലടങ്ങിയ ശരാശരി സാമൂഹ്യാധ്വാനമാണെന്ന സിദ്ധാന്തം ആവിഷ്കരിച്ചത് മാർക്സ് അല്ല. ആദംസ്മിത്ത്, റിക്കാർഡൊ മുതലായ അർഥശാസ്ത്രകാരന്മാർ തന്നെ അത് ആവിഷ്കരിച്ചിരുന്നു. അതിൽ നിന്നു തുടങ്ങിയ മാർക്സ് മുതലാളിത്തത്തിന്റെ വളർച്ചയിലൊരു ഘട്ടത്തിൽ *മനുഷ്യന്റെ അധ്വാനശക്തിതന്നെ ഒരു ചരക്കായി മാറിയെന്നും, അതിന്റെ ഉടമസ്ഥനായ തൊഴിലാളിയിൽനിന്ന് ആ ചരക്ക് കൈവശപ്പെടുത്തി ഉപയോഗിക്കുമ്പോൾ അധ്വാനശക്തി വാങ്ങാൻ ചെലവിട്ട പണത്തെക്കാൾ കൂടുതൽ പണമുണ്ടാക്കാൻ മുതലാളിക്ക് കഴിയുന്നുവെന്നും, അതാണ് മുതലാളിത്ത സമൂഹത്തിന്റെ അടിത്തറയെന്നും കണ്ടുപിടിച്ചു.* ഇതാണ് അർഥശാസ്ത്രത്തിന് താൻ നൽകിയ പുതിയ സംഭാവന എന്ന് മാർക്സ് അവകാശപ്പെട്ടു.

അധ്വാനശക്തി ഒരു ചരക്കെന്ന നിലയ്ക്ക് വിൽക്കുകയും വാങ്ങുകയും ചെയ്യുന്നത് മുതലാളിത്തത്തിന്റെ സവിശേഷതയാണ്. അടിമത്തം, ഫ്യൂഡലിസം എന്ന രണ്ട് വ്യവസ്ഥകൾക്ക് കീഴിൽ അധ്വാനശക്തി വിലയ്ക്ക് വിൽക്കാൻ അധ്വാനിക്കുന്നവർക്ക് അവകാശമില്ലായിരുന്നു. അവരുടെ അധ്വാനശക്തി മുഴുവൻ മേലാളരുടെ സ്വത്തായിരുന്നു: അടിമ യജമാനൻമാർക്ക് വേണ്ടിയും അടിയാളർ ഫ്യൂഡൽ ഭൂപ്രഭുക്കൾക്കുവേണ്ടിയും പണിയെടുക്കാൻ ബാധ്യസ്ഥരായിരുന്നു. (ചില പ്രധാന വ്യത്യാസങ്ങളോടുകൂടി ഇന്ത്യ മുതലായ രാജ്യങ്ങളിലും മുതലാളിത്ത പൂർവസമൂഹങ്ങളിലും ഇതുതന്നെയായിരുന്നു സ്ഥിതി.)

പഴയ ഫ്യൂഡൽ സമൂഹത്തിൽനിന്ന് അടിയാളർക്ക് മോചനം കിട്ടാൻ തുടങ്ങിയതോടുകൂടി സ്ഥിതിഗതികളാകെ മാറി. ബൂർഷ്വാ വിപ്ലവങ്ങളുടെ മുഖ്യമുദ്രാവാക്യങ്ങളായ സമത്വം, സ്വാതന്ത്ര്യം, സാഹോദര്യം എന്നിവയുടെ സ്വാധീനത്തിൽപെട്ട ആധുനിക സമൂഹത്തിൽ ഉൽപ്പാദനോപകരണങ്ങളുടെ കുത്തകയുണ്ടായിരുന്ന മുതലാളിമാരും അധ്വാനശക്തിയല്ലാതെ മറ്റൊരു സ്വത്തുമില്ലാത്ത തൊഴിലാളികളും തമ്മിൽ നിയമപരമായ സമത്വം നിലവിൽവന്നു. ഉൽപ്പാദനത്തിന് അധ്വാനശക്തി ആവശ്യമുള്ള മുതലാളിമാരും അധ്വാനശക്തി വിറ്റാൽ മാത്രമേ ജീവിക്കാൻ കഴിയൂ എന്നായിട്ടുള്ള തൊഴിലാളികളും തമ്മിൽ തുല്യതയോടെ തൊഴിൽ കമ്പോളത്തിൽ പ്രവേശിക്കുന്നു. അധ്വാനശക്തി ഉൽപ്പാദിപ്പിക്കാനും സംരക്ഷിച്ചുനിർത്താനും വേണ്ട ചുരുങ്ങിയ പണം തൊഴിലാളികൾക്ക് നൽകി അയാളുടെ അധ്വാനം വിലയ്ക്കുവാങ്ങുന്ന മുതലാളി ആ തൊഴിലാളിയെക്കൊണ്ട് പണിയെടുപ്പിക്കുന്നു. അവർ തമ്മിലുള്ള കരാറിന്റെ അടിസ്ഥാനത്തിൽ തൊഴിലാളി വിറ്റ അധ്വാനശക്തി ഉപയോഗിക്കുന്ന മുതലാളിക്ക് അധ്വാനശക്തിയുടെ വിലയായി താൻ കൊടുത്ത പണത്തെക്കാളേറെ പണം ആ തൊഴിലാളിയുടെ അധ്വാനം താൻ വിലയ്ക്കുവാങ്ങിയ അധ്വാനശക്തിയുടെ ഉപയോഗം നിമിത്തം കിട്ടുന്നു.

അധ്വാനശക്തി വിൽക്കുകയും വാങ്ങുകയും ചെയ്യുന്നതിനർഥം

അധ്വാനം നടക്കുന്ന ദിവസം തൊഴിലാളി ചെയ്യുന്ന അധ്വാനത്തിന്റെ ഫലം മുതലാളിക്ക് കിട്ടുന്നുവെന്നാണ്. പക്ഷേ അതിനുവേണ്ടി മുതലാളി കൊടുത്ത വില ആ തൊഴിലാളിയുടെ അധ്വാനശക്തിയുടെ മൂല്യമാണ്. അതിന്റെ ഇരട്ടിയോ കൂടുതൽ തന്നെയോ മൂല്യം ആ തൊഴിലാളി നടത്തുന്ന അധ്വാനത്തിൽനിന്നുണ്ടാവുന്നുവെന്നതാണ് പ്രധാന കാര്യം.

ഇവിടെ ഒരു കാര്യം ഓർക്കണം: അധ്വാനശക്തിയുടെ വില്പനയും വാങ്ങലും ചരക്കുൽപ്പാദന നിയമത്തിന്റെ അടിസ്ഥാനത്തിലാണ്; തനിക്ക് ജീവിക്കാനും കുടുംബം പോറ്റാനും ആവശ്യമുള്ളതിനേക്കാൾ ഒരു പൈസപോലും കൂടുതൽ തൊഴിലാളിക്ക് കിട്ടുന്നില്ല. പക്ഷേ *അയാൾ ചെയ്യുന്ന അധ്വാനത്തിന്റെ ഫലമായി അധ്വാനശക്തിയുടെ വിലയെന്ന നിലയ്ക്ക് തനിക്കുകിട്ടിയ സംഖ്യയുടെ ഇരട്ടിയോ കൂടുതലോ തൊഴിലാളി ഉൽപ്പാദിപ്പിക്കുന്നു.* ആ അധികോൽപ്പാദനത്തെ മാർക്സ് 'മിച്ചമൂല്യ'മെന്ന് വിളിക്കുന്നു. അതിന്റെ പരിശോധനക്കാണ് *മൂലധനം* ഒന്നാംവാല്യം മാർക്സ് ഉപയോഗിക്കുന്നത്. അതിലൂടെയാണ് മുതലാളിത്തത്തിന്റെ യഥാർഥ ചൂഷണസ്വഭാവം അദ്ദേഹം തുറന്നുകാട്ടുന്നത്.

മുതലാളിത്തത്തിനുമുമ്പും ചൂഷണമുണ്ടായിരുന്നു. പക്ഷേ അത് നഗ്നമായ കൊള്ളയായിരുന്നു. അടിമയെക്കൊണ്ടും അടിയാളരെക്കൊണ്ടും പണിയെടുപ്പിക്കുന്നതും കൂടുതൽ പണമുണ്ടാക്കാൻ പണമുപയോഗിക്കുന്നതും പണത്തിന്റെ ഉപയോഗം ആവശ്യമുള്ളവർക്ക് കടമായി പണം കൊടുത്ത് പലിശവാങ്ങുന്നതും മറ്റും നഗ്നമായ ചൂഷണമാണ്. പക്ഷേ മുതലാളിത്തസമൂഹം സമത്വമുള്ള പൗരൻമാരുടെ സമൂഹമാണ്. മുതലാളിയും തൊഴിലാളിയും സമന്മാരാണ്. അവർ തമ്മിൽ നടത്തുന്ന തൊഴിൽ കച്ചവടവും ചരക്കുകൈമാറ്റവും മൂല്യനിർണയത്തിന്റെ അടിസ്ഥാനത്തിലാണ്.

തന്റെ കയ്യിലുള്ള ഒരേയൊരു ചരക്ക് (അധ്വാനശക്തി) മുതലാളിക്ക് കൊടുക്കുമ്പോൾ അതിന് പൂർണമായ വില തൊഴിലാളിക്ക് കിട്ടുന്നു. പക്ഷേ അങ്ങനെ കിട്ടുന്ന അധ്വാനശക്തി സ്വായത്തമാക്കിയ മുതലാളി അതുപയോഗിക്കുമ്പോൾ അധ്വാനശക്തിക്ക് കൊടുത്ത വിലയേക്കാൾ കൂടുതൽ സംഖ്യ അയാൾക്ക് കിട്ടുന്നു. ഈ പ്രക്രിയയുടെ വിശദമായ വിവരണമാണ് "പണം മൂലധനമായി മാറുന്നു" എന്ന തലക്കെട്ടിലുള്ള ഗ്രന്ഥത്തിന്റെ രണ്ടാംഭാഗം – അതിലുൾപ്പെട്ട നാലും അഞ്ചും അധ്യായങ്ങൾ. ഇത് പ്രായോഗിക ജീവിതത്തിൽ എങ്ങനെ പ്രകടമാവുന്നുവെന്നതാണ് *മൂലധനം* ഒന്നാംവാല്യത്തിന്റെ അടുത്തഭാഗങ്ങൾ വ്യക്തമാക്കുന്നത്.

അധ്വാനവും മിച്ചമൂല്യോൽപ്പാദനവും

അധ്വാനശക്തി ചരക്കായിമാറി കൊള്ളക്കൊടുക്കലുകൾക്ക് വിധേയമാകുന്ന പ്രക്രിയയാണല്ലോ ഇതേവരെ പരിശോധിച്ചത്. ആ പ്രക്രിയയിൽ അധ്വാനശക്തിയെന്ന ചരക്ക് തൊഴിലാളിക്ക് നഷ്ടപ്പെടുകയും മുതലാളി അതിന്റെ ഉടമസ്ഥനാവുകയും ചെയ്യുന്നു. ആ പുതിയ ചരക്കുവാങ്ങുന്ന മുതലാളി അത് ഉപയോഗിക്കുന്നു. അങ്ങനെ അധ്വാനശക്തി അധ്വാനമായിമാറുന്ന പ്രക്രിയ തുടങ്ങുകയായി.

പക്ഷേ മുതലാളി വാങ്ങിയ അധ്വാനശക്തിയെ അധ്വാനമാക്കി മാറ്റണമെങ്കിൽ 'നിർജീവമായ അധ്വാന'മെന്ന് മാർക്സ് വിളിക്കുന്ന അസംസ്കൃതപദാർഥങ്ങൾ അവ ഉപയോഗപ്പെടുത്തുന്നതിനാവശ്യമായ ഉപകരണങ്ങളും യന്ത്രങ്ങളും എന്നിവ കൂടിവേണം. പൂർവകാലത്ത് നടന്ന അധ്വാനപ്രക്രിയയുടെ ഉൽപ്പന്നങ്ങളാണവ.

അവ 'സജീവമായ അധ്വാനം' എന്ന് മാർക്സ് വിളിക്കുന്ന അധ്വാനശക്തിയുടെ ഉപയോഗത്തോടു ചേർന്നാൽ മാത്രമെ അധ്വാനപ്രക്രിയ നടക്കുകയുള്ളൂ.

'നിർജീവ'മെന്ന് മാർക്സ് വിളിക്കുന്ന പൂർവകാലാധ്വാനത്തിൽ തന്നെ രണ്ടു തരത്തിലുള്ളവയുണ്ട്. അവയിലൊന്നിനെ – യന്ത്രങ്ങളെയും ഉപകരണങ്ങളെയും – അധ്വാനപ്രക്രിയയിൽ ഭാഗികമായി മാത്രമെ ഉപയോഗിക്കുന്നുള്ളു. അവ അധ്വാനപ്രക്രിയയിൽ പങ്കുകൊള്ളുമ്പോൾ വരുന്ന തേയ്മാനം മാത്രമെ അധ്വാനപ്രക്രിയയിൽ ഉൾക്കൊള്ളുന്നുള്ളു.

മറ്റൊരു ഭാഗമായ അസംസ്കൃതപദാർഥങ്ങൾ മുഴുവൻ അധ്വാനപ്രക്രിയയിൽ പൂർണമായും പങ്കുകൊള്ളുന്നു. രണ്ടും മുതലാളി സ്വായത്തമാക്കിയിട്ടുള്ളത് അവയെ ചരക്കുകളെന്ന വിലയ്ക്ക് വാങ്ങുമ്പോൾ കണക്കാക്കുന്ന അധ്വാനത്തിന്റെ തോതിലാണ്. അസംസ്കൃതപദാർഥങ്ങളുടെ മൂല്യം, പണിയായുധങ്ങളുടെയും യന്ത്രങ്ങളുടെയും ഉപയോഗത്തിൽ വരുന്ന തേയ്മാനത്തിന്റെ മൂല്യം എന്നിവയാണ് അവ കൈവ

ശപ്പെടുത്തുന്നതിന് മുതലാളി ചെലവാക്കിയിട്ടുള്ളത്. അധ്വാനശക്തി വിലയ്ക്കുവാങ്ങാൻ ചെലവാക്കിയ മൂല്യമാകട്ടെ അധ്വാനശക്തിയുടെ ഉൽപ്പാദനത്തിൽ തൊഴിലാളിയുടെയും കുടുംബത്തിന്റെയും ജീവിതത്തിന് ചെലവാക്കപ്പെട്ടിട്ടുള്ള അധ്വാനമാണ്.

ഇത് രണ്ടും കൈക്കലാക്കാൻ മുതലാളി ചെലവിട്ടിട്ടുള്ള മൂല്യത്തെയാണ് 'മൂലധന'മെന്ന് വിളിക്കുന്നത്. പക്ഷേ ആ മൂലധനത്തിൽ രണ്ട് ഭാഗങ്ങളുണ്ട്. അവയെ മാർക്സ് 'സ്ഥിരമൂലധന'മെന്നും 'അസ്ഥിരമൂലധന'മെന്നും വിളിക്കുന്നു. ഉൽപ്പാദന പ്രക്രിയക്കാവശ്യമായ പണിയായുധങ്ങളും യന്ത്രങ്ങളും സ്വായത്തമാക്കാൻ ചെലവിട്ടത് സ്ഥിരമൂലധനമാണ്; അധ്വാനപ്രക്രിയയിൽ ഉപയോഗപ്പെടുത്തിയ അസംസ്കൃത പദാർഥങ്ങൾ യന്ത്രോപകരണങ്ങളുടെ തേയ്മാനം എന്നിവ സ്ഥിരമൂലധനത്തിൽപെടുന്നു. അവയുടെ മൂല്യം മുഴുവൻ പുതിയ ഉൽപ്പന്നത്തിൽ അടങ്ങുന്നു. നേരെമറിച്ച് അധ്വാനശക്തി വിലയ്ക്കു വാങ്ങാൻ മുടക്കിയ മൂല്യം അതേപടി പുതിയ ഉൽപ്പന്നത്തിൽ വീണ്ടും പ്രത്യക്ഷപ്പെടുന്നു. അത് അസ്ഥിരമൂലധനമാണ്.

അധ്വാനശക്തി വിലയ്ക്കുവാങ്ങാൻ മുടക്കിയ മൂല്യം അധ്വാനശക്തിയുടെ ഉടമയായിരുന്ന തൊഴിലാളിയുടെ ഉൽപ്പാദനത്തിന് – കുടുംബസഹിതം അയാൾക്ക് ജീവിക്കുന്നതിന് – ആവശ്യമായ സാമഗ്രികളുടെ മൂല്യമാണല്ലോ. അതിന്റെ അടിസ്ഥാനത്തിൽ തൊഴിലാളിയുടെ അധ്വാനശക്തി കരസ്ഥമാക്കിയ മുതലാളിക്ക് ഒരു ജോലി ദിവസം മുഴുവൻ ആ അധ്വാനശക്തി ഉപയോഗിക്കാൻ – തൊഴിലാളിയെക്കൊണ്ട് പണിയെടുപ്പിക്കാനെന്നർഥം – അവകാശമുണ്ട്.

പക്ഷേ അധ്വാനശക്തി കൈവശപ്പെടുത്തുന്നതിന് മുതലാളി ചെലവിട്ട മൂല്യത്തിന്റെ ഇരട്ടിയോ കൂടുതലോ അല്ലെങ്കിൽ സ്വല്പം കുറഞ്ഞ തോതിലോ മൂല്യമുള്ള ചരക്കുകൾ ആ തൊഴിലാളിയുടെ അധ്വാനം മൂലം ഉണ്ടാവുന്നു. ആ ചരക്കുകൾ മുഴുവൻ മുതലാളിക്ക് സ്വന്തമാക്കാൻ അവകാശമുണ്ടുതാനും.

ഈ അടിസ്ഥാനത്തിൽ അധ്വാനപ്രക്രിയയെ മാർക്സ് രണ്ടായി തരംതിരിക്കുന്നു – ആവശ്യമായ ജോലിയും അധിക ജോലിയും അധ്വാനശക്തി വിലയ്ക്കുവാങ്ങാൻ ചെലവഴിച്ച മൂല്യം ഉൽപ്പാദിപ്പിക്കാനാവശ്യമായ അധ്വാനത്തിന് 'ആവശ്യമായ അധ്വാനം' എന്ന പേർ നൽകുന്നു. അതുൽപ്പാദിപ്പിക്കാൻ വേണ്ടി സൃഷ്ടിച്ച മൂല്യം അധ്വാനശക്തി സ്വായത്തമാക്കാൻ മുതലാളി ചെലവാക്കിയ മൂല്യം തിരിച്ചെടുക്കാനെ സഹായിക്കുന്നുള്ളു. എന്നാൽ അധ്വാന പ്രക്രിയയിൽ അതിന്റെ ഇരട്ടിയോ അതിൽ കൂടുതലോ അതിനേക്കാൾ സ്വല്പം കുറവോ ആയ മൂല്യം സൃഷ്ടിക്കാൻ അധ്വാനശക്തിയുടെ ഉപയോഗത്തിന് – അധ്വാനപ്രക്രിയക്ക് – കഴിയുന്നു.

ഇതിനെയാണ് മാർക്സ് 'മിച്ചമൂല്യ'മെന്ന് വിളിക്കുന്നത്. അധ്വാനശക്തി വിലയ്ക്കുവാങ്ങുമ്പോൾ അതിന് നൽകിയ മൂല്യത്തേക്കാൾ ഇര

ട്ടിയോ കൂടുതലോ സ്വല്പം കുറഞ്ഞ തോതിലോ മൂല്യം സൃഷ്ടിക്കാൻ അധ്വാനപ്രക്രിയക്ക് കഴിയുന്നു. അതിനെയാണ് മാർക്സ് 'മിച്ചമൂല്യോൽപ്പാദനപ്രക്രിയ' എന്ന് വിളിക്കുന്നത്. 7–ാം അധ്യായത്തിന്റെ തലക്കെട്ടുതന്നെ 'അധ്വാനപ്രക്രിയയും മിച്ചമൂല്യോൽപ്പാദന പ്രക്രിയയും' എന്നാണ്.

ഇതിന് മുമ്പ് ചൂണ്ടിക്കാണിച്ചതുപോലെ, മനുഷ്യാധ്വാനമാണ് മൂല്യത്തിന്റെ സ്രോതസെന്നത് മാർക്സിന്റെ കണ്ടുപിടിത്തമല്ല. ബൂർഷ്വാ അർഥശാസ്ത്രകാരന്മാർ തന്നെ ആ അർഥശാസ്ത്രസിദ്ധാന്തത്തിലേക്ക് വിരൽചൂണ്ടിയിട്ടുണ്ട്. അതിന് മാർക്സ് നൽകിയ സംഭാവന ഇതാണ്: അസംസ്കൃതപദാർഥങ്ങൾ യന്ത്രോപകരണങ്ങൾ എന്നിവയെ എന്നപോലെ മനുഷ്യാധ്വാനത്തെയും (അധ്വാനശക്തിഎന്നർഥം) അവയോരോന്നും ഉൽപ്പാദിപ്പിക്കുന്നതിലടങ്ങിയ മൂല്യത്തിന്റെ അടിസ്ഥാനത്തിൽ കൈവശപ്പെടുത്തിയ അധ്വാനശക്തിയെ പ്രയോഗത്തിൽ വരുത്തുമ്പോൾ – തൊഴിലാളിയെക്കൊണ്ട് പണിയെടുപ്പിക്കുമ്പോൾ – അധ്വാനശക്തി കൈവശപ്പെടുത്താൻ ചെലവായതിനേക്കാൾ ഇരട്ടിയോ കൂടുതലോ സ്വല്പം കുറഞ്ഞ തോതിലോ മൂല്യം കൈവശപ്പെടുത്താൻ മുതലാളിക്ക് കഴിയുന്നു. ഇതാണ് മുതലാളിത്ത സമൂഹത്തിന്റെ സമ്പദ്വ്യവസ്ഥയുടെ നാരായവേര്.

അടിമത്തവ്യവസ്ഥ, ഫ്യൂഡലിസം എന്ന രണ്ട് വർഗസമൂഹ രീതികളിലും ചൂഷണമുണ്ട്. പക്ഷേ ആ ചൂഷണം പ്രത്യക്ഷത്തിൽതന്നെ ബലപ്രയോഗത്തിന്റേതാണ്.

അടിമത്തത്തിൽ അടിമതന്നെ ഉടമസ്ഥന്റെ സ്വത്താണ്. അയാളെക്കൊണ്ട് ഇഷ്ടംപോലെ പണിയെടുപ്പിക്കാനും കൊല്ലാൻപോലും ഉടമയ്ക്ക് അവകാശമുണ്ട്; ഉടമയുടെ നിയന്ത്രണത്തിലുള്ള കന്നുകാലികൾക്കുള്ള അവകാശം മാത്രമേ ആ സമൂഹത്തിൽ അടിമയ്ക്കുള്ളു.

ഫ്യൂഡൽ സമൂഹത്തിലാകട്ടെ യജമാനന് അടിയാളരെ കൊല്ലാനനുവാദമില്ല. പക്ഷേ അയാളുടെ ജോലിയുടെ ഉൽപ്പന്നത്തിൽനിന്ന് അയാൾക്ക് മൃഗതുല്യമായി ജീവിക്കാനാവശ്യമായ പങ്കൊഴിച്ച് മറ്റെല്ലാം ഫ്യൂഡൽ പ്രഭു കൈയടക്കുന്നു. രണ്ട് സമൂഹത്തിലും ചൂഷണം നടക്കുന്നത് ബലപ്രയോഗത്തിന്റെ അടിസ്ഥാനത്തിലാണെന്നർഥം.

മുതലാളിത്ത സമൂഹത്തിലാകട്ടെ, മുതലാളിയും തൊഴിലാളിയും തമ്മിൽ നിയമപരമായി പൂർണസമത്വമുണ്ട്. അസംസ്കൃത പദാർഥങ്ങളും യന്ത്രോപകരണങ്ങളുമെന്നപോലെ തൊഴിലാളിയുടെ അധ്വാനശക്തിയും അതിന്റെ ഉൽപ്പാദനത്തിൽ ചെലവഴിക്കപ്പെട്ട മൂല്യത്തെ ആസ്പദമാക്കി മുതലാളി തൊഴിലാളിയിൽ നിന്ന് വിലയ്ക്കുവാങ്ങുകയാണ്. അധ്വാനശക്തിയെന്ന ഈ ചരക്ക് വാങ്ങുന്ന മുതലാളിയും വിൽക്കുന്ന തൊഴിലാളിയും തമ്മിലുണ്ടാക്കുന്ന കരാറാണ് അധ്വാനപ്രക്രിയയുടെ അടിത്തറ.

പക്ഷേ അങ്ങനെ മുതലാളി സ്വായത്തമാക്കുന്ന അധ്വാനശക്തി

അയാൾ അനുഭവിക്കുമ്പോൾ – തൊഴിലാളിയെക്കൊണ്ട് പണിയെടുപ്പിക്കുമ്പോഴെന്നർഥം – അധ്വാനശക്തിയുടെ മൂല്യത്തിന്റെ ഇരട്ടിയോ കൂടുതലോ ഇരട്ടിയിൽ സ്വൽപ്പം കുറച്ചോ വരുന്ന മൂല്യം മുതലാളിക്ക് സ്വായത്തമാവുന്നു.

അസംസ്കൃതപദാർഥങ്ങൾക്കും യന്ത്രോപകരണങ്ങൾക്കുമെന്ന പോലെ അധ്വാനശക്തിക്കും അതിന്റെ ഉൽപ്പാദനത്തിൽ അടങ്ങിയ അധ്വാനം, മൂല്യം എന്നിവ പൂർണമായി തിരിച്ചുകിട്ടുകമാത്രമല്ല അതിനേക്കാൾ കൂടുതൽ മൂല്യം സ്വായത്തമാക്കാൻ കഴിയുകകൂടി ചെയ്യുന്നു. അതാണ് അധ്വാനശക്തിയെന്ന ചരക്കിന്റെ കൈമാറ്റം കൊണ്ട് മുതലാളിക്കുണ്ടായ നേട്ടം.

ഇങ്ങനെ രൂപംകൊള്ളുന്ന *മിച്ചമൂല്യ*മാണ് മുതലാളിത്തത്തിന്റെ അടിത്തറ.

മിച്ചമൂല്യോൽപ്പാദനത്തിൽ നിന്ന് വർഗസമരത്തിലേക്ക്

ഈ പശ്ചാത്തലത്തിലാണ് മുതലാളി – തൊഴിലാളിവർഗങ്ങൾ തമ്മിലുള്ള സംഘട്ടനത്തെയും അതിന്റെ രണ്ട് മുഖ്യ രൂപങ്ങളെയും മാർക്സ് പരിശോധിക്കുന്നത്.

അധ്വാനശക്തിയുടെ കൈമാറ്റത്തിൽ ഏറ്റവും ചുരുങ്ങിയ വില (കൂലി) കൊടുത്ത് മിച്ചമൂല്യം വർധിപ്പിക്കാനാണ് മുതലാളി ആഗ്രഹിക്കുന്നത്. നേരെമറിച്ച് അധ്വാനശക്തിയുടെ കൈമാറ്റവില (കൂലി) ഏറ്റവുമധികം വർധിപ്പിക്കാനാണ് തൊഴിലാളി ആഗ്രഹിക്കുന്നത്. അതേപോലെ അധ്വാനസമയം കഴിയുന്നത്ര നീട്ടാൻ മുതലാളിയും കഴിയുന്നത്ര കുറയ്ക്കാൻ തൊഴിലാളിയും ആഗ്രഹിക്കുന്നു.

പക്ഷേ അധ്വാനശക്തിയുടെ വിലയോ അധ്വാനത്തിന്റെ സമയമോ അനിയന്ത്രിതമായി കൂട്ടാനോ കുറയ്ക്കാനോ കഴിയുകയില്ല. അധ്വാനശക്തിയുൽപ്പാദിപ്പിക്കാൻ ആവശ്യമായ അധ്വാനത്തിന്റെ മൂല്യത്തെക്കാൾ കുറഞ്ഞകൂലി നിശ്ചയിക്കാൻ മുതലാളിയോ അധ്വാനശക്തിയുൽപ്പാദിപ്പിക്കുന്നതിൽ ചെലവാക്കപ്പെട്ട അധ്വാനത്തെക്കാൾ കൂടുതൽ കൂലികിട്ടാൻ തൊഴിലാളിയോ ആഗ്രഹിച്ചാൽപോലും അത് നടക്കുകയില്ല. അതുപോലെ അധ്വാനസമയം അനിയന്ത്രിതമായി കൂട്ടാനോ കുറയ്ക്കാനോ കഴിയുകയില്ല.

പരിമിതമായ തോതിൽമാത്രം നടത്താൻ കഴിയുന്ന ഈ കൂട്ടലും കിഴിക്കലും നിർണയിക്കുന്നതിൽ മുതലാളിത്തത്തിന്റെ ഉദ്ഭവകാലത്ത് തൊഴിലാളിക്ക് ഒരു ദൗർബല്യമുണ്ടായിരുന്നു: അധ്വാനശക്തിയുടെ വില, അധ്വാനസമയം, രണ്ടും ചേർന്നുണ്ടാവുന്ന മിച്ചമൂല്യം എന്നിവ നിശ്ചയിക്കുന്ന കാര്യത്തിൽ തൊഴിലാളി ദുർബലനും മുതലാളി പ്രബലനുമാണ്. വ്യക്തികളായ മുതലാളിമാരും തൊഴിലാളികളും തമ്മിൽ വിലപേശൽ നടത്തുമ്പോൾ വ്യക്തികളായ തൊഴിലാളികൾക്ക് വ്യക്തികളായ മുതലാളിമാരുടെ മുമ്പിൽ കീഴടങ്ങേണ്ടിവരും.

അടിമവ്യവസ്ഥക്കോ ഫ്യൂഡൽ വ്യവസ്ഥക്കോ കീഴിൽ ഉടമകൾക്കും യജമാനൻമാർക്കുമുണ്ടായിരുന്ന അധികാരശക്തി മുതലാളിത്ത സമൂഹത്തിൽ മുതലാളിമാർക്കില്ലെന്നത് നേരാണ്. പക്ഷേ മുതലാളിമാരും തൊഴിലാളികളും തമ്മിലുള്ള വിലപേശലിൽ ഉൽപ്പാദനോപകരണങ്ങളുടെ ഉടമകളായ മുതലാളിമാർക്കു മേൽക്കൈയുണ്ട്. മുതലാളിയായി ഒത്തുതീർപ്പുണ്ടാക്കി ജോലിചെയ്യാൻ സമ്മതിക്കാത്ത തൊഴിലാളിക്ക് ജീവിക്കാൻ കഴിയുകയില്ല. അതുകൊണ്ടാണ് മുതലാളിത്ത വ്യവസ്ഥയെ 'കൂലി അടിമത്തം' എന്ന് മാർക്സ് വിളിക്കുന്നത്. മുതലാളിത്ത സമൂഹത്തിന്റെ ആദ്യഘട്ടത്തിൽ അധ്വാനസമയത്തിന്റെ വ്യാപ്തി വർദ്ധിപ്പിക്കാൻ മുതലാളിഭരണകൂടത്തിന്റേമേൽ തനിക്കുള്ള സ്വാധീനം ഉപയോഗിച്ചു. ആ ഘട്ടത്തിൽ ലോക മുതലാളിത്തത്തിന്റെ ഈറ്റില്ലമായ ഇംഗ്ലണ്ടിലെ വിവിധ വ്യവസായ ശാഖകളിൽ 'കൂലി അടിമ'കളെക്കൊണ്ട് ജോലിചെയ്യിക്കുന്നതിന് നടപ്പാക്കിയ കർക്കശനിയമങ്ങളും നടപടിക്രമങ്ങളും മാർക്സ് *മൂലധനം* ഒന്നാം വാല്യത്തിന്റെ 10-ാം അധ്യായത്തിൽ വിശദമായി വിവരിച്ചിട്ടുണ്ട്; ഫാക്ടറികളിലെ തൊഴിലാളികളുടെ ജീവിതവും ജോലിയും സംബന്ധിച്ച് പഠിച്ച റിപ്പോർട്ട് സമർപ്പിക്കാൻ നിയുക്തരായ ഫാക്ടറി ഇൻസ്പെക്ടർമാരുടെ റിപ്പോർട്ടുകളിൽ നിന്ന് ധാരാളം ഉദ്ധരണികൾ മാർക്സ് നൽകിയിട്ടുണ്ട്. (ഇതുപോലുള്ള വിവരങ്ങൾ *മൂലധന*ത്തിന്റെ ഒന്നാം വാല്യം പ്രസിദ്ധീകരിക്കുന്നതിന് കാൽനൂറ്റാണ്ടോളം മുമ്പ് പ്രസിദ്ധീകരിക്കപ്പെട്ട എംഗൽസിന്റെ ബൃഹദ്ഗ്രന്ഥത്തിൽ അടങ്ങിയിരിക്കുന്നു.)

ആദ്യം എംഗൽസും പിന്നീട് മാർക്സും നൽകിയ ഈ വിവരണങ്ങളിൽനിന്ന് ഒരു കാര്യം വ്യക്തമാവും: ലോകമുതലാളിത്തത്തിന്റെ ഈറ്റില്ലമെന്നുപറയാവുന്ന ഇംഗ്ലണ്ടിൽ 14-ാം നൂറ്റാണ്ടിന്റെ മധ്യം മുതൽ 17-ാം നൂറ്റാണ്ടിന്റെ അന്ത്യംവരെ മുതലാളിത്ത സമൂഹത്തിലെ തൊഴിലാളി അടിമത്തസമൂഹത്തിലെ അടിമയെയും ഫ്യൂഡലിസത്തിലെ അടിയാളനെയുംപോലെ കൊള്ളചെയ്യപ്പെടുകയായിരുന്നു. മുമ്പ് അടിമത്തവ്യവസ്ഥയിലെ ഉടമയ്ക്കും ഫ്യൂഡൽ വ്യവസ്ഥയിലെ യജമാനനുമുണ്ടായിരുന്ന അധികാരശക്തി ആധുനിക മുതലാളിക്കില്ലെങ്കിലും തൊഴിലാളികളുടെ നിസ്സഹായാവസ്ഥ നിമിത്തം അടിമകളെയും അടിയാളരെയുംപോലെ കഠിനമായി ജോലിചെയ്ത് തുച്ഛമായ കൂലിവാങ്ങാൻ തൊഴിലാളി നിർബന്ധിക്കപ്പെടുന്നു.

ഇതിന് സ്വാഭാവികമായി തിരിച്ചടിയുണ്ടായി. ഓരോ തൊഴിലാളിയും വ്യക്തിയെന്ന നിലയ്ക്ക് ഓരോ മുതലാളിയോടും വിലപേശുന്നതിന് പകരം സംഘടിതമായ തൊഴിലാളിവർഗം സംഘടിതമായ മുതലാളിയോട് വിലപേശുക എന്ന സ്ഥിതിവന്നു. ആ അടിസ്ഥാനത്തിലുള്ള തൊഴിലാളി സംഘടനകൾ വളർന്നുവരാൻ തുടങ്ങി. അവയുടെ സമ്മർദ്ദംമൂലവും മുതലാളിമാർക്കിടയിൽതന്നെ ഒരു വിഭാഗത്തിന്റെ നിക്ഷിപ്തതാൽപര്യങ്ങൾ നിമിത്തവും അധ്വാനസമയം ചുരുക്കണമെന്ന ആവശ്യം ശക്തിയായി ഉയർന്നു.

അങ്ങനെ മുമ്പ് തൊഴിൽ ദിവസത്തിന്റെ വ്യാപ്തി വർധിപ്പിക്കുന്നതിനുള്ള നിയമങ്ങൾ നടപ്പിൽവന്നതുപോലെ പിന്നീട് തൊഴിൽ സമയം നിർബന്ധമായി ചുരുക്കുന്ന നിയമങ്ങൾ വരാൻ തുടങ്ങി. ഈ നിയമങ്ങൾ പാസാക്കിയ ഇംഗ്ലണ്ടിന്റെ ചുവടുപിടിച്ച് മറ്റ് രാജ്യങ്ങളിലും അധ്വാനസമയം ചുരുക്കാനുള്ള നിയമങ്ങൾ ബലത്തിൽ വരാൻ തുടങ്ങി. അടിമത്ത–ഫ്യൂഡൽ വ്യവസ്ഥകളുടെ തുടർച്ചയായിരുന്ന ആദ്യകാല മുതലാളിത്തത്തിനുപകരം തൊഴിലാളിയുടെ സേവന–വേതന വ്യവസ്ഥകൾ കൂടുതൽ ജനകീയമാക്കുന്ന ഒരു സംവിധാനം നിലവിൽവന്നു. ആ പ്രക്രിയയുടെ വിശദ വിവരണങ്ങളാണ് *മൂലധനം* ഒന്നാംവാല്യത്തിലെ 10–ാം അധ്യായം ഉൾക്കൊള്ളുന്ന 100 പേജുകൾ.

ഇവിടെ ഒരു കാര്യം വ്യക്തമാക്കേണ്ടതുണ്ട്: അധ്വാനശക്തിയുടെ വില കൂട്ടിക്കിട്ടുന്നതിനും അധ്വാനസമയം ചുരുക്കിക്കിട്ടുന്നതിനും വേണ്ടി തൊഴിലാളികൾ നടത്തുന്ന ദൈനംദിന സമരമാണ് ട്രേഡ് യൂണിയനുകളെന്ന സംഘടിത തൊഴിലാളി പ്രസ്ഥാനത്തിന്റെ പ്രവർത്തന പരിധിയിലുൾപ്പെടുന്നത്. പക്ഷേ ആ ദൈനംദിനസമരം എത്രയേറെ വിജയിച്ചാലും, മുതലാളിത്ത സമൂഹത്തിലുണ്ടാവുന്ന സേവന–വേതന വ്യവസ്ഥയിൽ വരുന്ന മാറ്റം കൂലി അടിമത്തമെന്ന യാഥാർഥ്യത്തെ ഇല്ലാതാക്കുകയില്ല. അധ്വാനശക്തിയല്ലാതെ മറ്റൊരു സ്വത്തുമില്ലാത്ത തൊഴിലാളി ജനസാമാന്യം മുതലാളിവർഗത്തിന് കീഴടങ്ങിക്കൊണ്ടിരിക്കേണ്ടിവരുന്ന സ്ഥിതി, എത്ര വിജയകരമായ വിലപേശൽ ട്രേഡ് യൂണിയനുകൾ നടത്തിയാലും ഇല്ലാതാകുന്നില്ല.

അതില്ലാതാവണമെങ്കിൽ 'കൂലി അടിമത്ത'മെന്ന ഏർപ്പാടുതന്നെ ഇല്ലാതാവണം. ആധുനിക സമൂഹത്തിലെ സാമ്പത്തിക പ്രവർത്തനങ്ങളുടെ ഫലമായി സ്വാഭാവികമായുണ്ടാവുന്ന 'മിച്ചമൂല്യം' മുതലാളിയുടെ സ്വകാര്യസ്വത്താവുന്നതിനുപകരം സമൂഹത്തിന്റെ പൊതുസ്വത്താവണം; മുതലാളിയുടെ വ്യക്തിപരമായ ആഡംബരജീവിതത്തിനുവേണ്ടി ഉപയോഗിക്കപ്പെടുന്ന 'മിച്ചമൂല്യം' സമൂഹത്തിന്റെയാകെ ജീവിതം കൂടുതൽ നന്നാക്കുന്നതിനുവേണ്ടി ഉപയോഗിക്കണം.

ഇതെങ്ങനെ ചെയ്യാമെന്ന് തങ്ങളുടെ അനന്തരകാല കൃതികളിൽ മാർക്സും എംഗൽസുമെന്നപോലെ പിന്നീട് ലെനിനും അദ്ദേഹത്തിനുശേഷമുള്ള മാർക്സിസ്റ്റ് – ലെനിനിസ്റ്റുകാരും വിശദീകരിച്ചിട്ടുണ്ട്. പക്ഷേ അത്തരമൊരു രാഷ്ട്രീയമാറ്റം വിശദീകരിക്കാനല്ല മാർക്സ് *മൂലധന*മെഴുതിയത്. മുതലാളിത്ത സമൂഹം എങ്ങനെ പ്രവർത്തിക്കുന്നുവെന്നും ആ പ്രവർത്തനത്തിലൂടെ മുതലാളിത്ത സമൂഹത്തിൽ നിന്ന് സോഷ്യലിസ്റ്റ് സമൂഹത്തിലേക്കുള്ള പരിവർത്തനം അനിവാര്യമായിത്തീരുന്നത് എങ്ങനെയെന്നും വിവരിക്കുകയാണ് *മൂലധന*ത്തിൽ മാർക്സ് ചെയ്യുന്നത്. അതിലാകട്ടെ മിച്ചമൂല്യോൽപ്പാദനത്തിന് നിർണായകമായ സ്ഥാനമുണ്ടുതാനും.

അധ്വാനത്തിന്റെ ഉൽപ്പാദനക്ഷമത

മിച്ചമൂല്യം ഉൽപ്പാദിപ്പിക്കാൻ മാത്രമല്ല അത് സ്വായത്തമാക്കാൻ കൂടി മുതലാളിയെ സഹായിക്കുന്ന മാർഗമായാണല്ലോ അധ്വാനസമയം വർധിപ്പിക്കാൻ മുതലാളി ശ്രമിക്കുന്നത്. അതിനെ എതിർക്കുന്ന തൊഴിലാളി അധ്വാനസമയം ചുരുക്കാൻ വേണ്ടി പോരാടുകയും ചെയ്യുന്നു.

ഈ പ്രക്രിയയെയാണ് 'നിരപേക്ഷ മിച്ചമൂല്യോൽപ്പാദനം' എന്ന തലക്കെട്ടിലെഴുതിയ 7 മുതൽ 11 വരെയുള്ള അധ്യായങ്ങളിലായി മാർക്സ് പരിശോധിക്കുന്നത്. ആ അധ്യായങ്ങളെല്ലാം അടങ്ങുന്ന മൂന്നാം ഭാഗത്തിന് മാർക്സ് കൊടുത്ത തലക്കെട്ട് 'നിരപേക്ഷ മിച്ചമൂല്യോൽപ്പാദനം' എന്നാണ്.

തുടർന്നുള്ള നാലാംഭാഗമുൾകൊള്ളുന്ന 5 അധ്യായങ്ങളിൽ മാർക്സ് പരിശോധിക്കുന്നത് 'സാപേക്ഷ മിച്ചമൂല്യോൽപ്പാദന'ത്തെയാണ്. അത് കഴിഞ്ഞുവരുന്ന അഞ്ചാം ഭാഗത്ത് (മൂന്ന് അധ്യായങ്ങളിൽ) 'നിരപേക്ഷവും സാപേക്ഷവുമായ മിച്ചമൂല്യോൽപ്പാദന'ത്തെ മാർക്സ് പരിശോധിക്കുന്നു.

അതായത് മുതലാളിത്ത സമൂഹത്തിൽ മിച്ചമൂല്യം ഉൽപ്പാദിപ്പിക്കാനും അത് മുതലാളിയുടെ സ്വന്തമാക്കാനും രണ്ട് മാർഗങ്ങളുണ്ട്.

1. അധ്വാനത്തിന്റെ സമയം കഴിയുന്നത്ര വലിച്ചുനീട്ടുക;
2. അധ്വാനത്തിന്റെ സമയം വലിച്ചുനീട്ടാതെ – അധ്വാനശക്തിയുടെ മൂല്യം പുനരുൽപ്പാദിപ്പിക്കുന്നതിനുള്ള സമയം കുറച്ചുകൊണ്ടുതന്നെ – മിച്ചമൂല്യം വർധിപ്പിക്കുക. ഇതിലാദ്യത്തേത് 'നിരപേക്ഷ മിച്ചമൂല്യ'ത്തിന്റെ വർധനവാണ്; രണ്ടാമത്തേത് 'സാപേക്ഷ മിച്ചമൂല്യ'വർധനവും. രണ്ടായാലും മൊത്തം ഉൽപ്പന്നത്തിന്റെ മൂല്യത്തിൽ തൊഴിലാളിക്ക് കിട്ടുന്ന പങ്ക് കുറയുകയും മുതലാളിയുടേത് കൂടുകയും ചെയ്യും.

മുതലാളിത്ത വളർച്ചയുടെ ആദ്യഘട്ടത്തിൽ 'നിരപേക്ഷ മിച്ച മൂല്യ'മാണ് വർധിച്ചു വരുന്നത്. തൊഴിലാളിയെക്കൊണ്ട് കൂടുതൽ സമയം ജോലി ചെയ്യിക്കുകയും ആ ജോലി കൂടുതൽ കൂടുതൽ തീവ്രമാക്കുകയുമാണ് മുതലാളി ചെയ്തിരുന്നതെന്നർഥം. അടിമത്ത വ്യവസ്ഥയിലും ഫ്യൂഡൽവ്യവസ്ഥയിലുള്ള ചൂഷണത്തിന്റെ മുതലാളിത്ത രൂപമാണ് ഈ ഘട്ടത്തിലെ മിച്ചമൂല്യോൽപ്പാദനത്തിന്റെ സവിശേഷതയെന്ന് ചുരുക്കിപ്പറയാം.

ഈ ഘട്ടത്തിൽ നടക്കുന്ന ചൂഷണം, അതിനെതിരെ തൊഴിലാളി നടത്തുന്ന ചെറുത്തുനിൽപ്പ്, ആ ചെറുത്തുനിൽപ്പിന് പരിമിതമായ സഹായം നൽകാൻ മുതലാളിമാരിൽ തന്നെ ഒരു വിഭാഗം തങ്ങളുടെ നിക്ഷിപ്തതാൽപര്യം നിമിത്തം തയ്യാറാവുന്നത് – ഇതൊക്കെയാണ് *മൂലധനം* ഒന്നാംവാല്യത്തിന്റെ മൂന്നാംഭാഗത്ത് മാർക്സ് വിശദമായി പ്രതിപാദിക്കുന്നത്.

രണ്ടാംഘട്ടമാവുമ്പോഴേക്ക് ആദ്യഘട്ടത്തിലെ കർകക്കശനിലപാടിന് അയവുവരുത്താൻ മുതലാളി നിർബന്ധിക്കപ്പെടുന്നു. പക്ഷേ 'ഉദാരത'യുടെ മറപിടിച്ചുകൊണ്ടാണെങ്കിലും തൊഴിലാളിയിൽ നിന്ന് മുതലാളി തട്ടിയെടുക്കുന്ന മിച്ചമൂല്യം വർധിക്കുകയാണ്. എന്തുകൊണ്ടെന്നാൽ അധ്വാനസമയം ദീർഘിപ്പിക്കുന്നില്ലെങ്കിലും – അത് കുറച്ചാൽ പോലും – അധ്വാനത്തിന്റെ ഉൽപ്പാദനക്ഷമത വർധിക്കുന്നു: ഓരോ മണിക്കൂറിലും നടക്കുന്ന അധ്വാനപ്രക്രിയയിൽ അധ്വാനശക്തിയുടെ പുനർനിർമാണത്തിന് – മുതലാളി തൊഴിലാളിക്ക് കൊടുക്കുന്ന കൂലി സംഖ്യതിരിച്ചുകിട്ടുന്നതിനെന്നർഥം – വേണ്ടിവരുന്ന അധ്വാനസമയം കുറയുകയും മിച്ചോൽപ്പന്നം ഉൽപ്പാദിപ്പിക്കുന്ന സമയം കൂടുകയും ചെയ്യുന്നു.

ഇതെങ്ങനെ സാധിക്കുന്നുവെന്നതിന്റെ വിശദീകരണമാണ് 'സഹകരണം' എന്ന തലക്കെട്ടിലുള്ള 13–ാം അധ്യായത്തിലും 'തൊഴിൽവിഭജനവും നിർമാണവും' എന്ന 14–ാം അധ്യായത്തിലും മാർക്സ് വിശദമായി നടത്തുന്നത്. 'നിരപേക്ഷമിച്ചമൂല്യോൽപ്പാദനം' വിശദീകരിക്കുന്ന 3–ാം അധ്യായത്തിലെന്നപോലെ 'സാപേക്ഷമിച്ചമൂല്യോൽപ്പാദനം' എന്ന 4–ാം അധ്യായത്തിലും മുതലാളിത്തവ്യവസ്ഥ ആദ്യം വളർന്നുവന്ന ഇംഗ്ലണ്ടിൽ മുതലാളിത്തം ജനിച്ചുവളർന്നതിന്റെ യഥാർഥ ചരിത്രത്തെയാണ് മാർക്സ് ആസ്പദമാക്കിയത്.

മുതലാളിത്തം ഉദ്ഭവിക്കുന്നതിനുമുമ്പുള്ള ഇംഗ്ലണ്ടിൽ ഉൽപ്പാദകരെല്ലാം ഒറ്റപ്പെട്ട വ്യക്തികളായിരുന്നു. അവരുടെ അധ്വാനത്തിന് ഉൽപ്പാദനക്ഷമത വളരെ വളരെ കുറവായിരുന്നു. ആ ദൗർബല്യം തീർക്കുന്നതിന് വിവിധ ഉൽപ്പാദകർ അന്യോന്യം സഹകരിച്ചു പ്രവർത്തിക്കാൻ തുടങ്ങി. അങ്ങനെ വിവിധ ഉൽപ്പാദകരെ ഒരുമിച്ചുകൊണ്ടുവന്നു അവരെക്കൊണ്ട് പണിയെടുപ്പിക്കാൻ അന്ന് ശൈശവ ദശയിൽ കിടന്ന മുതലാളി മുന്നോട്ടുവന്നു. അങ്ങനെ ഒന്നിലധികം തൊഴിലാളികൾ ഒരു

മുതലാളിയുടെ കീഴിൽ പണിയെടുക്കാൻ തുടങ്ങുമ്പോൾ അവരുടെ ഉൽപ്പാദനക്ഷമത വർധിക്കുന്നു.

പക്ഷേ ഈ ഘട്ടത്തിൽ സഹകരണാടിസ്ഥാനത്തിൽ ഒന്നിച്ചുചേരുന്ന തൊഴിലാളികളെല്ലാം ഒരേ ജോലിയാണ് ചെയ്യുന്നത്. അതിനൊരു മാറ്റം വന്നു. തൊഴിലാളി വർഗത്തിലെ വിവിധ വ്യക്തികൾ വിവിധ ജോലികൾ ചെയ്യുകയും അവരുടെ ജോലിയെ മുതലാളി ഏകീകരിക്കുകയും ചെയ്യുന്ന രീതിയായി. അതാണ് 'തൊഴിൽ വിഭജനവും നിർമാണവും' എന്ന 14-ാം അധ്യായത്തിലെ 5 ഖണ്ഡങ്ങളിൽ വിവരിക്കുന്നത്.

ഈ രണ്ട് ഘട്ടങ്ങളിലൂടെ തൊഴിലാളിയുടെ ഉൽപ്പാദനക്ഷമത വർധിക്കുന്നു. ഉൽപ്പാദിപ്പിക്കപ്പെടുന്ന മൊത്തമൂല്യത്തിൽ വർധനവില്ലെങ്കിലും അതിന്റെ രണ്ട് ഘടകങ്ങൾ - അധ്വാനശക്തിയുടെ മൂല്യം പുനർനിർമിക്കാനാവശ്യമായതും അധ്വാനം മൂലം അധികമായുണ്ടാവുന്നതുമായ അധ്വാനങ്ങൾ - തമ്മിലുള്ള അനുപാതം മുതലാളിക്ക് കൂടുതൽ അനുകൂലവും തൊഴിലാളിക്ക് പ്രതികൂലവുമായിത്തീരുന്നു. മിച്ചമൂല്യത്തിന്റെ ഉൽപ്പാദനവും അത് കയ്യടക്കാൻ മുതലാളിക്കുള്ള കഴിവും അതിവേഗം വർധിക്കുന്നുവെന്നർഥം.

ഇതും കഴിഞ്ഞാണ് ആധുനിക യന്ത്രങ്ങളുപയോഗിക്കുന്ന വ്യവസായങ്ങൾ വരുന്നത്. അതോടെ തൊഴിലാളിയുടെ അധ്വാനം വീണ്ടും കൂടുതൽ ഉൽപ്പാദനക്ഷമമാവുന്നു. അധ്വാനശക്തിയുടെ മൂല്യം പുനർനിർമിക്കാൻ വേണ്ട സമയം കുറയുകയും മിച്ചമൂല്യം ഉൽപ്പാദിപ്പിക്കാനുള്ള സമയം കൂട്ടുകയും ചെയ്യുന്നു.

ഈ പ്രക്രിയയുടെ സവിസ്തരവും വിശദവുമായ വിവരണമാണ് 'യന്ത്രങ്ങളും ആധുനിക വ്യവസായവും' എന്ന തലക്കെട്ടിലുള്ള 15-ാം അധ്യായം. 150 പേജിലധികം വരുന്ന ഈ അധ്യായത്തിലെ വിവരണം 'നിരപേക്ഷമിച്ചമൂല്യോൽപ്പാദനം', വിശദീകരിക്കുന്ന മൂന്നാം ഭാഗത്തിലെന്നപോലെ, ഇംഗ്ലണ്ടിലെ ഔദ്യോഗിക രേഖകളിൽ നിന്നുള്ള ഉദ്ധരണികളോടെ ആധുനിക യന്ത്രവ്യവസായം അതിൽ പ്രവർത്തിക്കുന്ന തൊഴിലാളിയെ കീഴ്പ്പെടുത്തുന്നതെങ്ങനെ എന്നതിന്റെ ഉജ്ജ്വലമായ വിശദീകരണമാണ്.

'നിരപേക്ഷ മിച്ചമൂല്യോൽപ്പാദന'വും 'സാപേക്ഷ മിച്ചമൂല്യോൽപ്പാദന'വും വിശദീകരിക്കുന്ന മൂന്നും നാലും ഭാഗങ്ങൾ (400 പേജിലധികം) ഇംഗ്ലണ്ടിൽ മുതലാളിത്തം വളർന്നുവന്നതിന്റെ ഉജ്ജ്വലവും സവിസ്തരവുമായ വിവരണമാണ്. അടിമത്തവ്യവസ്ഥയിലും ഫ്യൂഡൽ വ്യവസ്ഥയിലുമുണ്ടായിരുന്ന ചൂഷണത്തിന്റെ പുത്തൻ രൂപമാണ് മുതലാളിത്തമെന്ന് ഇതിൽനിന്ന് വ്യക്തമാവുന്നു.

സ്ത്രീകളുടെയും കുട്ടികളുടെയും അധ്വാനം

അധ്വാനത്തിന്റെ ഉൽപ്പാദനക്ഷമത വർധിപ്പിക്കാനുള്ള പ്രധാന മാർഗം ഉൽപ്പാദനോപകരണങ്ങളും യന്ത്രങ്ങളും പരിഷ്കരിക്കൽ തന്നെയാണ്.

പരിഷ്കരിച്ച ഉപകരണങ്ങളും യന്ത്രങ്ങളും ഉപയോഗിക്കുന്നതിന്റെ ഫലമായി നിശ്ചിതമായ സമയത്ത് സൃഷ്ടിക്കുന്ന അധ്വാനത്തിന്റെ മൂല്യം പടിപടിയായി വർധിക്കും: അധ്വാനശക്തിയുടെ മൂല്യം തിരിച്ചുകിട്ടുന്നതിനുവേണ്ടിയുള്ള സമയം കുറയുകയും മിച്ചമൂല്യം ഉൽപ്പാദിപ്പിക്കുന്നതിനുള്ള സമയം കൂടുകയും ചെയ്യും. പ്രതിവർഷമെന്നപോലെ നടക്കുന്ന യന്ത്രോപകരണ പരിഷ്കരണത്തിന്റെ ഫലമായി മിച്ചമൂല്യത്തിന്റെ ഉൽപ്പാദനം വർധിക്കും.

പക്ഷേ ഉൽപ്പാദനക്ഷമത വർധിപ്പിക്കാൻ മറ്റൊരുമാർഗം കൂടിയുണ്ട് - തൊഴിലാളിയെ എന്നപോലെ അയാളുടെ കുടുംബത്തിലെ സ്ത്രീകളെയും കുട്ടികളെയും കൂടി പണിക്ക് നിശ്ചയിക്കുക. അപ്പോൾ സ്ത്രീകളുടെയും കുട്ടികളുടെയും അധ്വാനത്തിൽ നിന്നുണ്ടാവുന്ന മൂല്യം കൂടി മുതലാളിക്ക് മിച്ചമൂല്യമായി കൈക്കലാക്കാം.

തൊഴിലാളിക്ക് കുടുംബസമേതം ജീവിക്കാനാവശ്യമായ അധ്വാനശക്തിയുടെ മൂല്യത്തിനാണല്ലോ മുതലാളി അധ്വാനശക്തി കൈവശപ്പെടുത്തുന്നത്. അങ്ങനെ കൈവശപ്പെടുത്തുന്ന അധ്വാനശക്തി ഉപയോഗിക്കുമ്പോൾ ഉൽപ്പാദിപ്പിക്കപ്പെടുന്ന അധ്വാനമാകട്ടെ തൊഴിലാളി തനിയെ അധ്വാനിക്കുമ്പോഴുണ്ടാവുന്ന മൂല്യത്തെക്കാൾ കൂടുതലാണുതാനും. അപ്പോൾ തൊഴിലാളിയും അയാളുടെ കുടുംബത്തിലെ സ്ത്രീകളും കുട്ടികളുംകൂടി ഉൽപ്പാദിപ്പിക്കുന്ന മിച്ച മൂല്യം മുമ്പ് തൊഴിലാളി തനിയെ ഉൽപ്പാദിപ്പിച്ചതിനേക്കാൾ കൂടുതലായിരിക്കും.

ഗവൺമെന്റിനാൽ നിയമിക്കപ്പെട്ട ഇൻസ്പെക്ടർമാർ സമർപ്പിച്ച റിപ്പോർട്ടുകളിൽ നിന്ന് ധാരാളം ഉദ്ധരണികൾ ചേർത്തതുകൊണ്ട്

തൊഴിലാളി കുടുംബങ്ങളിലെ സ്ത്രീകളെയും കുട്ടികളെയും കൊണ്ട് ചെയ്യിപ്പിക്കുന്ന ജോലിയുടെ ക്രൂരത മാർക്സ് തെളിയിക്കുന്നു.

മുമ്പ് തൊഴിലാളി മാത്രം ജോലിചെയ്ത കാലത്ത് ജോലിസമയം കൂട്ടിയും അധ്വാനഭാരം വർധിപ്പിച്ചുമാണല്ലോ മുതലാളി മിച്ചമൂല്യോൽപ്പാദനം നടത്തിയത്. അതിനുപകരം സ്ത്രീകളെയും കുട്ടികളെയും കൂടി അധ്വാനിപ്പിക്കുകയാണ് ഇപ്പോൾ ചെയ്യുന്നത്. തൊഴിലാളിയും കുടുംബാംഗങ്ങളുംകൂടി ചെയ്യുന്ന ഈ അധികാധ്വാനത്തിൽ നിന്ന് ഉണ്ടാവുന്ന ഉൽപ്പന്നം മിച്ചമൂല്യമെന്ന നിലയ്ക്ക് മുതലാളിക്ക് സ്വായത്തമാക്കുകയും ചെയ്യാം.

ഈ രീതിയംഗീകരിച്ച് മിച്ചമൂല്യോൽപ്പാദനം വർധിപ്പിക്കുമ്പോൾ തന്നെ അധ്വാനസമയം വർധിപ്പിക്കുക, അധ്വാനഭാരം കൂട്ടുക എന്നീ മാർഗങ്ങൾ കൂടി മുതലാളി അംഗീകരിക്കുന്നുണ്ട്. തൊഴിലാളിയെക്കൊണ്ട് കൂടുതൽ സമയം ജോലി ചെയ്യിപ്പിക്കുകയും അയാളുടെ അധ്വാനഭാരം വർധിപ്പിക്കുകയും ചെയ്യുന്നതോടൊപ്പം അയാളുടെ കുടുംബാംഗങ്ങളുടെ അധ്വാനത്തിന്റെ മൂല്യവും മിച്ചമൂല്യമെന്ന നിലയ്ക്ക് മുതലാളി സ്വായത്തമാക്കുകയാണ് ചെയ്യുന്നത്. ഈ പ്രക്രിയയുടെ ക്രൂരത മാർക്സ് തുറന്നുകാണിക്കുന്നു.

സ്ത്രീകളെയും കുട്ടികളെയും ജോലിക്ക് വയ്ക്കുന്നതുകൊണ്ട് അവർക്കുകിട്ടുന്ന പ്രതിഫലം കൂടിച്ചേർന്ന് തൊഴിലാളി കുടുംബത്തിന്റെ മൊത്ത വരുമാനം വർധിക്കുന്നില്ലേ എന്ന ചോദ്യം ഇവിടെ ഉദ്ഭവിച്ചേക്കാം. തൊഴിലാളി കുടുംബത്തിനാകെ കിട്ടുന്ന വരുമാനത്തിന്റെ പണക്കണക്കുമാത്രം നോക്കിയാൽ അത് ശരിയാവുകയും ചെയ്യും.

പക്ഷേ കുടുംബസമേതമുള്ള തൊഴിലാളിയുടെ അധ്വാനശക്തിക്കുള്ള മൂല്യം ആ കുടുംബത്തിന് ജീവിക്കാൻ ആവശ്യമായ സാധനങ്ങളുടെ വിനിമയമൂല്യമാണ്. അത് പുനരുൽപ്പാദിപ്പിക്കാനാവശ്യമായ മൂല്യത്തെക്കാൾ കൂടുതൽ തൊഴിലാളിയും കുടുംബാംഗങ്ങളും ചേർന്നുനടത്തുന്ന അധ്വാനത്തിൽനിന്ന് ഉണ്ടാവുന്നുണ്ടെങ്കിൽ അത് മുഴുവൻ മിച്ചമൂല്യമെന്ന നിലയ്ക്ക് മുതലാളിയുടെ കയ്യിലെത്തും. തൊഴിലാളിയോടൊപ്പം അയാളുടെ കുടുംബത്തിലെ സ്ത്രീകളും കുട്ടികളുംകൂടി മുതലാളിക്കുവേണ്ടി അധ്വാനം ചെയ്യുകയാണെങ്കിൽ മുതലാളിക്ക് കിട്ടുന്ന മിച്ചമൂല്യം വർധിക്കുമെന്ന് വ്യക്തം.

ഉൽപ്പാദനക്ഷമത വർധിപ്പിക്കാൻ മുതലാളി ആഗ്രഹിക്കുന്നത് അയാളുടെ മിച്ചമൂല്യം വർധിച്ചുകിട്ടണമെന്നതിനാലാണ്. അത് പൂർണമായും സാധിക്കുമെന്നതാണ് സ്ത്രീകളെയും കുട്ടികളെയും ജോലിക്ക് വയ്ക്കുന്നതുകൊണ്ട് മുതലാളിക്കുണ്ടാവുന്ന മെച്ചം.

ഇവിടെ ഒരു കാര്യം വ്യക്തമാക്കേണ്ടതുണ്ട്. സ്ത്രീകളെ ജോലിക്ക് വയ്ക്കുന്നതും കുട്ടികളെ വയ്ക്കുന്നതും തമ്മിലൊരു പ്രധാന വ്യത്യാസമുണ്ട്. ഒരേ ജോലിക്ക് ഒരേ കൂലി എന്ന തത്വമനുസരിച്ച് പുരുഷന് നിശ്ചയിക്കുന്ന വേതനം തന്നെ സ്ത്രീക്കും നിശ്ചയിക്കു

കയാണെങ്കിൽ സ്ത്രീകളെ ജോലിക്കെടുക്കുന്നതിൽ യാതൊരു തെറ്റുമില്ല. നേരെമറിച്ച് സ്ത്രീപുരുഷ സമത്വം യാഥാർത്ഥ്യമാക്കുന്നതിന് ഉൽപ്പാദനപ്രക്രിയയിൽ സ്ത്രീകളെ പങ്കാളികളാക്കുന്നത് ആവശ്യമാണെന്ന നിലയ്ക്ക് സ്വാഗതാർഹമാണ്; സേവന–വേതന വ്യവസ്ഥകളുടെ കാര്യത്തിൽ പുരുഷൻമാരുടേതിന് തുല്യമായ പദവി സ്ത്രീകൾക്കുണ്ടോ എന്ന് മാത്രമാണ് പ്രശ്നം.

കുട്ടികളുടെ സ്ഥിതി ഇതല്ല. വിദ്യാഭ്യാസ സൗകര്യം കിട്ടേണ്ട കുട്ടികളെയാണ് തൊഴിലാളിക്കുട്ടികളെന്ന നിലയ്ക്ക് ജോലിക്ക് വയ്ക്കുന്നത്; ആ പ്രായത്തിലുള്ള കുട്ടികൾക്ക് അവശ്യം കിട്ടേണ്ട വിദ്യാഭ്യാസ സൗകര്യം നിഷേധിച്ചുകൊണ്ടാണ് കുട്ടികളെ ജോലിക്ക് വയ്ക്കുന്നത്.

യഥാർത്ഥം പറയുകയാണെങ്കിൽ, കുട്ടികളെ വയ്ക്കുന്നതു സംബന്ധിച്ച് ഇംഗ്ലണ്ടിലെ പാർലമെന്റ് പാസാക്കിയ നിയമങ്ങളിൽ തൊഴിലാളി കുട്ടികളുടെ വിദ്യാഭ്യാസത്തിനുള്ള സൗകര്യമുണ്ടാക്കണമെന്ന് വ്യക്തമായി വ്യവസ്ഥപ്പെടുത്തിയിരുന്നു. ആ വ്യവസ്ഥകളെ ലംഘിച്ചുകൊണ്ടാണ് കുട്ടികളെക്കൊണ്ട് പണിയെടുപ്പിക്കുന്നതെന്ന് ഉത്തരവാദപ്പെട്ട ഉദ്യോഗസ്ഥന്മാർ രേഖപ്പെടുത്തിയിട്ടുള്ളത് മാർക്സ് ഉദ്ധരിച്ചു ചേർക്കുന്നു.

ഉൽപ്പാദനക്ഷമതാവർധനയിലെ ചൂഷണാംശവും പുരോഗമനാംശവും

അധ്വാനത്തിന്റെ ഉൽപ്പാദനക്ഷമത വർധിപ്പിക്കാൻ മുതലാളി അംഗീകരിക്കുന്ന ഏത് മാർഗവും – ഉൽപ്പാദനപ്രക്രിയയിലെ സാങ്കേതിക പുരോഗതിയായാലും, സ്ത്രീകളെയും കുട്ടികളെയും ജോലിക്ക് വയ്ക്കുന്നതായാലും, അധ്വാനശക്തിയുടെ മൂല്യം നിർണയിക്കുന്ന ഭക്ഷ്യവസ്ത്രാദി ജീവിതോപകരണങ്ങളുടെ വിലകുറയ്ക്കലായാലും – അതോരോന്നും മിച്ചമൂല്യമുൽപ്പാദിപ്പിച്ച് സ്വായത്തമാക്കാൻ മുതലാളിയെ സഹായിക്കുന്നതാണ്. അധ്വാനശക്തിയുടെ മൂല്യം കുറച്ച് അധ്വാനത്തിൽനിന്നുണ്ടാവുന്ന മിച്ചമൂല്യം വർധിപ്പിക്കാനാണ് ഈ മാർഗങ്ങളോരോന്നും സഹായിക്കുന്നത്.

മറ്റൊരു വിധത്തിൽ പറഞ്ഞാൽ ഉൽപ്പാദനക്ഷമത വർധിപ്പിക്കുന്നത് സംബന്ധിച്ച് സംസാരിക്കുന്ന മുതലാളി ഉദ്ദേശിക്കുന്നത് മിച്ചമൂല്യോൽപ്പാദനത്തിന്റെ അളവ് വർധിപ്പിക്കുക എന്നാണ്. അധ്വാന ശക്തിയുടെ മൂല്യമെന്ന നിലയ്ക്ക് തൊഴിലാളിക്ക് കിട്ടുന്നത് കുറയ്ക്കുകയും മിച്ചമൂല്യമെന്ന നിലയ്ക്ക് മുതലാളിക്ക് കിട്ടുന്നത് വർധിപ്പിക്കുകയും ചെയ്യുന്നതിനെയാണ് ബൂർഷ്വാ അർഥശാസ്ത്രകാരന്മാർ 'ഉൽപ്പാദന ക്ഷമതാ വർധന'യായി വിശേഷിപ്പിക്കുന്നത്.

യഥാർഥം പറയുകയാണെങ്കിൽ ഉൽപ്പാദനക്ഷമത വർധിക്കുന്നതിൽ സമൂഹത്തിനാകെയെന്നപോലെ തൊഴിലാളി വർഗത്തിനും താല്പര്യമുണ്ട്. സമൂഹത്തിന്റെ ഉൽപ്പാദനം മൊത്തത്തിൽ വർധിക്കുന്നതിലൂടെ മാത്രമെ തൊഴിലാളി വർഗത്തിന്റെയും മറ്റധ്വാനിക്കുന്ന ബഹുജനങ്ങളുടെയും ജീവിതനിലവാരം ഉയർത്താൻ കഴിയുകയുള്ളൂ.

പക്ഷേ ഉൽപ്പാദനോപകരണങ്ങൾ മുഴുവൻ മുതലാളിയുടെ സ്വകാര്യസ്വത്തായി തുടരുകയും തൊഴിലാളിക്ക് അധ്വാനശക്തിയല്ലാതെ മറ്റൊരു സ്വത്തും ഇല്ലാതിരിക്കുകയും ചെയ്യുമ്പോഴുണ്ടാവുന്ന 'ഉൽപ്പാദനക്ഷമതാവർധന' അധ്വാനിക്കുന്ന ജനവിഭാഗങ്ങൾക്കെതിരെ

മുതലാളിവർഗ്ഗം നടത്തുന്ന ചൂഷണം വർധിപ്പിക്കാൻ മാത്രമെ സഹായിക്കുകയുള്ളൂ.

അധ്വാനസമയം കുറച്ചുകിട്ടാനും അധ്വാനത്തിനുള്ള വേതനം കൂട്ടിക്കിട്ടാനും സംഘടിത തൊഴിലാളി വർഗം നടത്തുന്ന സമരം മുതലാളി കയ്യടക്കുന്ന മിച്ചമൂല്യത്തിന്റെ വിതരണത്തിൽ തൊഴിലാളിക്കും മറ്റധ്വാനിക്കുന്ന ജനവിഭാഗങ്ങൾക്കും കൂടുതൽ പങ്ക് കിട്ടാനുള്ള സമരം മാത്രമാണ്. തൊഴിലാളിയുടെയും മറ്റധ്വാനിക്കുന്ന ബഹുജനങ്ങളുടെയും നിത്യജീവിതത്തിൽ ഈ മേഖലയിലുള്ള പ്രക്ഷോഭ സമരങ്ങൾക്ക് പ്രധാനമായ സ്ഥാനമുണ്ടുതാനും. അതുകൊണ്ടാണ് ട്രേഡ് യൂണിയൻ പ്രസ്ഥാനത്തേയും മറ്റ് ബഹുജനപ്രസ്ഥാനങ്ങളെയും 'സോഷ്യലിസത്തിനും കമ്യൂണിസത്തിനും വേണ്ടിയുള്ള പരിശീലനക്കളരി'കളായി മാർക്സും എംഗൽസും കണക്കാക്കിയത്.

പക്ഷേ ഈ അടിസ്ഥാനത്തിൽ നടക്കുന്ന പ്രക്ഷോഭങ്ങളും സമരങ്ങളും 'ഉൽപ്പാദനോപകരണങ്ങളുടെ മേൽ മുതലാളിക്കുള്ള കുത്തകാവകാശ'ത്തിന്റെ ചട്ടക്കൂട്ടിനകത്ത് നടക്കുന്ന വിലപേശലുകളാണ്. തൊഴിലാളിവർഗത്തിനും മറ്റധ്വാനിക്കുന്ന ബഹുജനങ്ങൾക്കും നടത്താനുള്ള മൗലിക സമരമാകട്ടെ, ഉൽപ്പാദനോപകരണങ്ങളുടെ മേൽ മുതലാളിക്കുള്ള സ്വകാര്യസ്വത്തവകാശം ഇല്ലാതാക്കി അവയുടെമേൽ പൊതുഉടമ സ്ഥാപിക്കാനുള്ളതാണ്.

ബൂർഷ്വാ–ഭൂപ്രഭു വർഗങ്ങൾക്കുള്ള സ്വകാര്യ ഉടമയുടെ ചട്ടക്കൂട്ടിനകത്ത് തൊഴിലാളിവർഗവും മറ്റധ്വാനിക്കുന്ന ബഹുജനങ്ങളും നടത്തുന്ന ഭാഗിക സമരങ്ങളെ 'ഉൽപ്പാദനോപകരണങ്ങളുടെ മേൽ പൊതുഉടമ സ്ഥാപിച്ച് മിച്ചമൂല്യം സമൂഹത്തിന്റെ പൊതു സ്വത്താക്കാ'നുള്ളസമരമാക്കി ഉയർത്തുകയാണ് വർഗബോധമുള്ള തൊഴിലാളി വർഗത്തിന്റെ കടമ.

കൂലിയും ലാഭവും

മുതലാളിത്തസമൂഹത്തിൽ തൊഴിലാളിക്ക് കിട്ടുന്ന വരുമാനത്തിന് 'കൂലി'യെന്നും മുതലാളിയുടെതിന് 'ലാഭ'മെന്നുമാണല്ലോ സാധാരണ പറയാറുള്ളത്. ആ രണ്ടിന്റേയും സാമ്പത്തികാടിസ്ഥാനമെന്താണ്?

അധ്വാനശക്തിയുടെ മൂല്യത്തിനു നൽകുന്ന പണരൂപമാണ് കൂലി. അധ്വാനശക്തിയുൽപ്പാദിപ്പിക്കാൻ ആവശ്യമായ അധ്വാനത്തിന്റെ മൂല്യമാണ് പണത്തിന്റെ രൂപത്തിൽ കൂലിയായി പ്രത്യക്ഷപ്പെടുന്നത്. അതുകൊണ്ടാണ് കൂലിത്തോത് കുറയ്ക്കാൻ മുതലാളിയും കൂട്ടാൻ തൊഴിലാളിയും പരമാവധി ശ്രമിക്കുന്നത്. അവരിരുവരും നടത്തുന്ന വിലപേശലിനെ ആസ്പദമാക്കിയാണ് കൂലി നിശ്ചയിക്കുന്നത്. ഇരുവർഗങ്ങളും തമ്മിലുള്ള ബലാബലത്തിന്റെ അടിസ്ഥാനത്തിലാണ് ജോലിസമയവും കൂലിത്തോതും നിജപ്പെടുത്തുന്നതെന്നർഥം.

പക്ഷേ ഈ വിലപേശലിന് ചില അതിരുകളൊക്കെയുണ്ട്. ഒരു നിശ്ചിതകാലത്തും നിശ്ചിതരാജ്യത്തുമുള്ള സാമൂഹ്യസ്ഥിതിഗതികളുടെ അടിസ്ഥാനത്തിൽ തൊഴിലാളിക്കും കുടുംബത്തിനും ജീവിക്കാനാവശ്യമുള്ള സാമഗ്രികളുടെ വിനിമയമൂല്യത്തെക്കാൾ കൂലി കുറയ്ക്കാൻ തൊഴിലാളിയോ അതിനേക്കാൾ അധികമാവാൻ മുതലാളിയോ അനുവദിക്കുകയില്ല. ഈ ചട്ടക്കൂടിനകത്ത് ഇരുവിഭാഗക്കാരും താന്താങ്ങളുടെ സംഘടിത ശക്തിയെ ആസ്പദമാക്കി കൂട്ടായ ചർച്ചയിലൂടെ കൂലിത്തോത് നിജപ്പെടുത്തുകയാണ്. ദിവസക്കൂലി, മാസക്കൂലി, കരാറുപണി മുതലായ പല രൂപങ്ങളിലും കൂലി നിശ്ചയിക്കും. പക്ഷേ അതിനെല്ലാം അടിസ്ഥാനമായി നിൽക്കുന്നത് തൊഴിലാളിക്കും കുടുംബത്തിനും ജീവിക്കാനാവശ്യമായ സാമഗ്രികൾക്ക് കൊടുക്കേണ്ട പണമാണ്.

കൂലിത്തോത് നിശ്ചയിക്കുന്നതിൽ സംഘടിത തൊഴിലാളി പ്രസ്ഥാനത്തിന് അതിപ്രധാനമായ പങ്കുണ്ട്. മാടമ്പി മേധാവിത്വത്തിൻ കീഴിലെന്നപോലെ തൊഴിലാളിയെക്കൊണ്ട് മൃഗങ്ങളെപ്പോലെ പണിയെടുപ്പിക്കാൻ മുതലാളിത്തത്തിന് കഴിയുകയില്ല. അതിന് മുതലാളി ശ്രമിച്ചാൽ തൊഴിലാളികൾ സംഘടിതമായി പണിമുടക്കും, മുതലാളി

യുടെ ഉൽപ്പാദനപ്രക്രിയയാകെ സ്തംഭിക്കും. അതൊഴിവാക്കുന്നതിന് തൊഴിലാളി സംഘടനകളുമായി കൂലിത്തോതിനേയും അധ്വാനസമയത്തേയും മറ്റ് സേവന–വേതന വ്യവസ്ഥകളെയും ബാധിക്കുന്ന ഒത്തുതീർപ്പിലെത്താൻ മുതലാളി നിർബന്ധിക്കപ്പെടും. അതിനെ ആസ്പദമാക്കിയ പ്രവർത്തനശൈലി തൊഴിലാളി അംഗീകരിച്ചതിനാലാണ് തൊഴിൽസമയം കുറയ്ക്കുന്നതിലും കൂലിത്തോത് കൂട്ടുന്നതിലും തൊഴിലാളിക്ക് വിജയമുണ്ടായിട്ടുള്ളത്.

പക്ഷേ ഈ വിജയമെല്ലാം തികച്ചും താൽക്കാലികമാണ്. കൂലി കൂട്ടുകയും അധ്വാനസമയം കുറയ്ക്കുകയും ചെയ്യാൻ നിർബന്ധിക്കപ്പെടുന്ന മുതലാളി അധ്വാനപ്രക്രിയയെ കൂടുതൽ 'ഉൽപ്പാദനക്ഷമ'മാക്കുന്നതുവഴി തൊഴിലാളിയുടെ ജീവിതച്ചെലവ് വർധിപ്പിച്ച് മറ്റുപല മാർഗങ്ങളുമംഗീകരിച്ച് മിച്ചമൂല്യോൽപ്പാദനം വർധിപ്പിക്കും. തൊഴിലാളിക്കുണ്ടാവുന്ന ഓരോ നേട്ടവും തിരിച്ചുപിടിക്കാനുള്ള മാർഗങ്ങൾ മുതലാളി ആരായും. അത് ഒഴിവാക്കണമെങ്കിൽ ഉൽപ്പാദനോപകരണങ്ങളിന്മേൽ മുതലാളിക്കുള്ള സ്വകാര്യസ്വത്തുടമ അവസാനിപ്പിക്കണം; ഉൽപ്പാദനോപകരണങ്ങളുടെമേൽ പൊതുഉടമ സ്ഥാപിച്ച് മിച്ചമൂല്യമാകെ സമൂഹത്തിന്റെ പൊതുസ്വത്താക്കുകയെന്ന അർഥത്തിൽ സോഷ്യലിസം നടപ്പിലാക്കണം.

മുതലാളിയുടെ 'ലാഭ'മാകട്ടെ അധ്വാനപ്രക്രിയയിലുണ്ടാവുന്ന മിച്ചോൽപ്പന്നത്തിന്റെ പണരൂപമാണെന്ന് മുമ്പ് പറഞ്ഞുകഴിഞ്ഞു. പക്ഷേ മിച്ചമൂല്യോൽപ്പാദനത്തെ തൊഴിലാളി വിലയിരുത്തുന്ന രീതിയിലല്ല മുതലാളി കാണുന്നത്.

അധ്വാനശക്തിയുപയോഗിക്കുമ്പോൾ – തൊഴിലാളിയെക്കൊണ്ട് പണിയെടുപ്പിക്കുമ്പോഴെന്നർഥം – ഉൽപ്പാദിപ്പിക്കപ്പെടുന്ന മിച്ചമൂല്യത്തിന്റെ തോതിനെ തൊഴിലാളി കാണുന്നത് 'ചൂഷണത്തോതാ'യാണ്. മുതലാളിയിൽനിന്നുപറ്റുന്ന അധ്വാനശക്തിയുടെ മൂല്യത്തെക്കാൾ കൂടുതൽ വരുന്ന സംഖ്യ തൊഴിലാളിയുടെ അധ്വാനത്തിൽ നിന്ന് മുതലാളിക്ക് കിട്ടുന്നതിനെയാണ് 'മിച്ചമൂല്യ'മെന്നു പറയുന്നത്. ഇത് തൊഴിലാളിയുടെ മേൽ മുതലാളി നടത്തുന്ന ചൂഷണമായാണ് തൊഴിലാളി കാണുന്നത്.

മുതലാളിയാകട്ടെ അധ്വാനശക്തി വിലയ്ക്കുവാങ്ങിക്കഴിഞ്ഞാൽ അത് ഉപയോഗിക്കുന്നതിന് – തൊഴിലാളിയെക്കൊണ്ട് പണിയെടുപ്പിക്കുന്നതിന് – മറ്റുപല സാമഗ്രികളും അവയുടെ മൂല്യത്തിന് വാങ്ങാൻ നിർബന്ധിതനാണ്. ഫാക്ടറി നിൽക്കുന്ന സ്ഥലം കൈവശപ്പെടുത്താനും അവിടെ കെട്ടിടം പണിയാനും അതിൽ പ്രവർത്തിക്കേണ്ട യന്ത്രോപകരണാദികൾ വാങ്ങാനും മുതലാളി പണം മുടക്കണം. (ഇതിനെ 'സ്ഥാവരമൂലധന'മെന്ന് വിളിക്കുന്നു.)

കൂടാതെ ഉൽപ്പാദനത്തിനാവശ്യമായ അസംസ്കൃത പദാർഥങ്ങളും മറ്റ് സാധനങ്ങളും കൈവശപ്പെടുത്താനും മുതലാളി പണം മുടക്കണം. (അതിനെ ജംഗമ മൂലധന'മെന്ന് വിളിക്കുന്നു.) ഈ 'സ്ഥാവര'– 'ജംഗമ' മൂലധനങ്ങൾ മുടക്കിയാൽ മാത്രമേ തൊഴിലാളിയെക്കൊണ്ട് ജോലി ചെയ്യിക്കാൻ കഴിയൂ.

'സ്ഥാവര'വും 'ജംഗമ'വുമായ ഈ മൂലധനങ്ങൾ മുടക്കുന്ന കാര്യം തൊഴിലാളിക്ക് പ്രശ്നമല്ല. പക്ഷേ മുതലാളിക്ക് അത് മർമപ്രധാനമാണ്. അധ്വാനശക്തി കൈവശപ്പെടുത്തി അതിന്റെ ഉടമസ്ഥനായിരുന്ന തൊഴിലാളിയെക്കൊണ്ട് പണിയെടുപ്പിക്കുന്നതിന് കൊടുക്കുന്ന കൂലിയോടൊപ്പം 'സ്ഥാവര'–'ജംഗമ' ഇനങ്ങളിൽപെട്ട 'നിർജീവ മൂലധനം' കൂടി ഉൾപ്പെട്ടതാണ് മുതലാളിക്ക് മുടക്കിയ മൊത്തം മൂലധനം. അതിനെ ആസ്പദമാക്കിയാണ് തനിക്കു കിട്ടുന്ന 'മിച്ചമൂല്യ'ത്തെ മുതലാളി വിലയിരുത്തുന്നത്, 'ലാഭം' കണക്കാക്കുന്നത്.

അതായത് തൊഴിലാളിയുടെ ദൃഷ്ടിയിൽ അധ്വാനശക്തിയുടെ മൂല്യവും അത് പ്രവർത്തിക്കുമ്പോൾ ഉണ്ടാവുന്ന മിച്ചമൂല്യവും തമ്മിലുള്ള അനുപാതം മുതലാളി തൊഴിലാളിയുടെമേൽ നടത്തുന്ന ചൂഷണത്തിന്റെ തോതാണ്. മുതലാളിയുടെ ദൃഷ്ടിയിലാകട്ടെ, അധ്വാനശക്തിയുടെ മൂല്യവും അത് ഉപയോഗിക്കുമ്പോൾ ഉണ്ടാവുന്ന മിച്ചമൂല്യവും തമ്മിലുള്ള അനുപാതം ഒരു പ്രശ്നമേയല്ല. അധ്വാനശക്തിയുടെ മൂല്യവും'സ്ഥാവര'വും 'ജംഗമ' വുമായ മൂലധനസംഖ്യകൾ എന്നിവ കൂടിയുണ്ടാവുന്ന മൊത്തം മൂലധനത്തിന്റെ ഏത് ശതമാനം തനിക്ക് കിട്ടുന്നുവെന്നാണ് മുതലാളി നോക്കുന്നത്. തൊഴിലാളിയുടെ കണക്കനുസരിച്ചുള്ള 'ചൂഷണത്തോതി'നേക്കാൾ എത്രയോ കുറവാണ് മുതലാളിക്ക് കിട്ടുന്ന 'ലാഭ'ത്തിന്റെ തോതെന്നർഥം.

എന്നാൽ മുതലാളിക്ക് കിട്ടുന്ന 'ലാഭം' വ്യക്തിയായ മുതലാളി എടുത്തനുഭവിക്കുകയല്ല ചെയ്യുന്നത്. പിന്നെയോ? സമൂഹത്തിലെ എല്ലാ മുതലാളിമാരും ചേർന്നു സ്വായത്തമാക്കുന്ന 'മിച്ചമൂല്യം' മുതലാളി സമൂഹത്തിന്റെ പൊതുസ്വത്താണ്. അതിലൊരംശം മാത്രമാണ് വ്യവസായമുതലാളിക്ക് കിട്ടുന്നത്.

മുതലാളിത്ത സമൂഹത്തിന്റെ ഭാഗംതന്നെയായ വ്യാപാര മുതലാളി, ബാങ്ക് മുതലാളി, മുതലാളിത്ത ഭൂവുടമ, മുതലാളിത്ത സമൂഹത്തെ നിലനിർത്തുന്ന ഭരണകൂടവും ഗവൺമെന്റും മുതലായവർക്കുകൂടി മൊത്തം 'ലാഭ'ത്തിന്റെ – വ്യാപാരലാഭം, ബാങ്കർമാരുടെ ലാഭം, ഭൂവുടമകളുടെ പാട്ടം, ഭരണകൂടത്തിന്റെയും ഗവൺമെന്റിന്റെയും ചെലവുകൾ മുതലായ രൂപത്തിൽ തനിക്ക് കിട്ടുന്ന മൊത്തം 'മിച്ചമൂല്യ'ത്തിന്റെ – ഓരോ പങ്ക് കൊടുക്കാൻ വ്യവസായ മുതലാളിക്ക് ബാധ്യതയുണ്ട്. (അതിന്റെ പ്രശ്നം മാർക്സ് പരിശോധിക്കുന്നത് *മൂലധനം* മൂന്നാംവാല്യത്തിലാണ്.)

പ്രസക്തമായ കാര്യം ഇതാണ്: മുതലാളിത്തസമൂഹത്തിലെ ഉൽപ്പാദനരീതിയനുസരിച്ച് അധ്വാനശക്തിയുടെ മൂല്യത്തെ ആസ്പദമാക്കി നിശ്ചയിക്കുന്ന കൂലിയെക്കാൾ എത്രയോ വലിയ സംഖ്യ ('മിച്ചമൂല്യ) തൊഴിലാളിയുടെ അധ്വാനത്തിൽ നിന്നുണ്ടാവുന്നു; മുതലാളിവർഗത്തിന്റെ വിവിധ വിഭാഗങ്ങൾ തമ്മിൽ പങ്കിടുന്ന ആ മൊത്തം 'മിച്ചമൂല്യ'വും തൊഴിലാളിവർഗത്തിനാകെ കിട്ടുന്ന അധ്വാനശക്തിയുടെ മൂല്യ(കൂലി)വും തമ്മിലുള്ള വൈരുധ്യമാണ് മുതലാളിത്ത സമൂഹത്തിന്റെ സാമ്പത്തികാടിത്തറ – മുതലാളി – തൊഴിലാളി വർഗങ്ങൾ തമ്മിലുള്ള ഏറ്റുമുട്ടലിന്റെ സത്ത്.

മൂലധനത്തിന്റെ പുനരുൽപ്പാദനം

ഉൽപ്പാദനോപകരണങ്ങൾ അവയിലുൾക്കൊള്ളുന്ന അധ്വാനത്തിന്റെ മൂല്യം നോക്കി കൈവശപ്പെടുത്തിയതിനുശേഷം, അധ്വാനശക്തിയെയും അതിന്റെ മൂല്യം കണക്കാക്കി കൈവശപ്പെടുത്തിയാണല്ലോ മുതലാളിത്തസമൂഹം ഉദ്ഭവിക്കുന്നത്. അങ്ങനെ അധ്വാനശക്തി കൈവശപ്പെടുത്തിയ മുതലാളി അത് ഉപയോഗപ്പെടുത്തുമ്പോൾ – അധ്വാനശക്തിയുടെ 'ന്യായമായ വില' കൊടുത്തു സ്വന്തമാക്കിയ തൊഴിലാളിയെക്കൊണ്ട് പണിയെടുപ്പിക്കുമ്പോഴെന്നർഥം – മുതലാളിക്കു കിട്ടുന്ന 'മിച്ചവില'യാണ് ഇതേവരെ നാം പരിശോധിച്ചത്. ഇനി നമുക്ക് ഈ ഇടപാടിലൂടെ ഉണ്ടായ 'മിച്ചമൂല്യം' എവിടെപ്പോകുന്നുവെന്ന് പരിശോധിക്കാം.

'സ്ഥാവരമൂലധന' മെന്ന് പറയാവുന്ന കെട്ടിടങ്ങൾ, യന്ത്രോപകരണങ്ങൾ, മുതലായവയുടെ തേയ്മാനം, അസംസ്കൃത പദാർഥങ്ങളുടെ മൂല്യമാകെ അധ്വാനശക്തി വിലയ്ക്കുവാങ്ങുവാൻ മുടക്കിയ സംഖ്യ എന്നിവയാണല്ലോ മുതലാളിത്തോല്പാദനത്തിൽ മുതലാളി നിക്ഷേപിക്കുന്നത്. അതിൽ ആദ്യത്തെ രണ്ടും പുതിയ ഉൽപ്പന്നത്തിൽ പുത്തൻ രൂപത്തിൽ വീണ്ടും പ്രത്യക്ഷപ്പെടുന്നു. മൂന്നാമത്തേതായ തൊഴിലാളിയുടെ അധ്വാനമാണ് മിച്ചമൂല്യം സൃഷ്ടിക്കുന്നത്. മിച്ചമൂല്യത്തിന്റെ ഉടമയാകട്ടെ മുതലാളിയാണുതാനും.

അപ്പോൾ ഉൽപ്പാദനം ഒരുവട്ടം നടന്നാൽ – അതിന്റെ ഉൽപ്പന്നം കമ്പോളത്തിൽ കൊണ്ടുപോയി വിറ്റുകഴിഞ്ഞാലെന്നർഥം – മുതലാളിക്ക് താൻ നിക്ഷേപിച്ച സംഖ്യയേക്കാൾ അധികം കിട്ടുന്നു. അതു മുഴുവൻ മുതലാളി സ്വന്തം ആവശ്യങ്ങൾക്കുപയോഗിക്കുകയാണെങ്കിൽ വീണ്ടും മൂലധനനിക്ഷേപം നടത്താൻ വേണ്ട സംഖ്യ അയാളുടെ കയ്യിലുണ്ടാവും. തൊഴിലാളിയാകട്ടെ ആദ്യം അന്യാധീനപ്പെടുത്തിയ അധ്വാനശക്തിയുടെ മൂല്യം തിരിച്ചുകിട്ടിയതിനാൽ വീണ്ടും തന്റെ

അധ്വാനശക്തിയുമായി കമ്പോളത്തിലേക്ക് പോകാൻ കഴിയും.

അങ്ങനെ ആദ്യവട്ടം ഉൽപ്പാദനം തുടങ്ങിയതുപോലെ ഉൽപ്പാദനോപകരണങ്ങളുടെ ഉടമസ്ഥനായ മുതലാളിയും ഉൽപ്പാദനക്കഴിവു മാത്രം സ്വന്തമായുള്ള തൊഴിലാളിയും തമ്മിൽ വീണ്ടും കച്ചവടം നടക്കുന്നു. ആദ്യവട്ടത്തെ ഉൽപ്പാദനത്തിൽ മുതലാളി നിക്ഷേപിച്ച സംഖ്യ മുഴുവൻ മുതലാളിക്കും വീണ്ടും വിൽക്കാനുള്ള അധ്വാനശക്തി തൊഴിലാളിക്കും കിട്ടുന്നു. ആദ്യവട്ടത്തെ ഉൽപ്പാദനപ്രക്രിയ വീണ്ടും തുടങ്ങാറായെന്നർഥം.

ഇതിനെ *മൂലധനം* ഒന്നാംവാല്യത്തിന്റെ 23-ാം അധ്യായത്തിൽ 'ലഘുപ്രത്യുൽപ്പാദനം' എന്നാണ് വിളിക്കുന്നത്. അതായത്, തൊഴിലാളിക്ക് അയാളുടെ അധ്വാനശക്തി പുനരുൽപ്പാദിപ്പിക്കാൻ വേണ്ട മൂല്യവും, മുതലാളിക്ക് 'സ്ഥാവര' മൂലധനത്തിന്റെ തേയ്മാനം 'ജംഗമ' മൂലധനത്തിന്റെ മുഴുവൻ മൂല്യം എന്നിവയും തിരിച്ചുകിട്ടുന്നു. അധ്വാനശക്തി വിലയ്ക്കുവാങ്ങി അധ്വാനമാക്കിമാറ്റി മിച്ചമൂല്യമുൽപ്പാദിപ്പിച്ചതിന്റെ ഫലമായി മുതലാളിയുടെയോ തൊഴിലാളിയുടെയോ കയ്യിൽ ഒരു ചില്ലിക്കാശുപോലും കൂടുതലോ കുറവോ ഉണ്ടായിട്ടില്ല.

ക്രമപ്രവൃദ്ധമായ തോതിലുള്ള മുതലാളിത്തോൽപ്പാദനം

എന്നാൽ മുതലാളിത്തത്തിന്റെ വളർച്ചയിൽ യഥാർഥത്തിൽ നടക്കുന്നത് 'ലഘുപ്രത്യുൽപ്പാദന'മല്ല. തൊഴിലാളിക്ക് താൻ വിറ്റ അധ്വാനശക്തിയുടെ മൂല്യം മാത്രം തിരിച്ചുകിട്ടിയതിനാൽ അതുപയോഗിച്ച് വീണ്ടും അധ്വാനശക്തിയുൽപ്പാദിപ്പിക്കാൻ അയാൾ നിർബന്ധിക്കപ്പെടുന്നുവെന്നത് ശരിയാണ്; താൻ ചെയ്യുന്ന അധ്വാനത്തിന്റെ ഫലമായി ഒരു ചില്ലിക്കാശുപോലും അയാളുടെ കയ്യിൽ വന്നിട്ടില്ലെന്നത് നേരാണ്.

പക്ഷേ മുതലാളിയുടെ സ്ഥിതി അതല്ല. 'മിച്ചമൂല്യ'മായി താൻ കൈവശപ്പെടുത്തുന്ന സംഖ്യമുഴുവൻ അയാൾ 'തിന്നുതീർക്കു'ന്നില്ല. അതിലൊരുഭാഗം മാത്രം സ്വന്തം ജീവിതാവശ്യങ്ങൾക്കായി ഉപയോഗിച്ച് മറ്റൊരു ഭാഗം പുതിയ മൂലധനമായി മാറ്റുന്നു. ഈ പ്രക്രിയയെയാണ് മാർക്സ് 24–ാം അധ്യായത്തിൽ പരിശോധിക്കുന്നത്.

താൻ കൈയടക്കുന്ന 'മിച്ചമൂല്യ'ത്തിൽനിന്ന് സ്വന്തം ജീവിതത്തിനുവേണ്ടി ഉപയോഗിക്കുന്ന ഭാഗം കഴിഞ്ഞാൽ ബാക്കി വരുന്ന സംഖ്യ പുതുതായി നിക്ഷേപിക്കാനുള്ള മൂലധനമായി മാറ്റുകയാണ് മുതലാളി ചെയ്യുന്നത്. 'ജംഗമമൂലധന'മെന്ന വിഭാഗത്തിൽപെടുന്ന അസംസ്കൃതപദാർഥങ്ങളും മറ്റു സഹായ സാമഗ്രികളും കൈവശപ്പെടുത്താനും മുമ്പത്തെ ഉൽപ്പാദനപ്രക്രിയയിൽ വന്ന 'സ്ഥാവരമൂലധന'ത്തിന്റെ തേയ്മാനത്തിനുമായി നീക്കിവയ്ക്കുന്ന മുതലാളി മറ്റൊന്നുകൂടി ചെയ്യുന്നു. 'സ്ഥാവര' 'ജംഗമ' മൂലധനങ്ങളുടെ ഉപയോഗത്തിനാവശ്യമുള്ള അധ്വാനശക്തി വിലയ്ക്കുവാങ്ങാൻ ആദ്യവട്ടത്തിൽ ചെലവാക്കിയതിനേക്കാൾ കൂടുതൽ സംഖ്യ ചെലവാക്കുന്നു.

അതായത് മുമ്പത്തെതവണ ഉണ്ടായിരുന്നതിനേക്കാൾ കൂടുതൽ മൂലധനം ഇത്തവണ നിക്ഷേപിക്കാൻ മുതലാളിക്ക് കഴിയുന്നു. അതിന്റെ ഫലമായി മുമ്പത്തെ തവണ ഉൽപ്പാദിപ്പിക്കപ്പെട്ടതിനേക്കാൾ കൂടുതൽ 'മിച്ചമൂല്യം' ഇപ്പോൾ ഉണ്ടാവുന്നു. ആദ്യം നിക്ഷേപിക്കപ്പെട്ട

'മൂലധന'വും ഇപ്പോഴുണ്ടായ 'അധികമൂലധന'വും ചേർന്ന് മൂലധനം വലുതാവുന്നു.

ഈ പ്രക്രിയ വീണ്ടും ആവർത്തിക്കുന്നു. തൊഴിലാളി അധ്വാന ശക്തി വിലയ്ക്ക് വിൽക്കുകയും അതിനുകിട്ടുന്ന വിലയുപയോഗിച്ച് പഴയ അധ്വാനശക്തിയെ ഉൽപ്പാദിപ്പിക്കുകയുമാണ് ചെയ്യുന്നതെങ്കിൽ മുതലാളി മിച്ചമൂല്യത്തിലൊരുഭാഗം മൂലധനമാക്കി മാറ്റി കൂടുതൽ മിച്ച മൂല്യമുണ്ടാക്കുന്നു. ഇതിനെയാണ് 'ക്രമപ്രവൃദ്ധമായ തോതിലുള്ള മുതലാളിത്തോൽപ്പാദനം' എന്ന് മാർക്സ് വിളിക്കുന്നത്.

മുതലാളിത്തോൽപ്പാദനത്തിന്റെ ഭാഗമായി തൊഴിലാളിക്കുകിട്ടുന്ന കൂലി മൊത്തത്തിൽ പഴയ തോതിൽതന്നെ നിൽക്കുമ്പോൾ, മുതലാളി നിക്ഷേപിക്കുന്ന മൂലധനവും അതിൽനിന്ന് അയാൾക്ക് കിട്ടുന്ന ലാഭവും ക്രമപ്രവൃദ്ധമായി വളരുന്നു. ഈ വിധത്തിലുള്ള മുതലാളിത്തോൽപ്പാദനത്തിന്റെ ഫലമായി മുതലാളിമാർ ലക്ഷപ്രഭുക്കളിൽ നിന്ന് കോടീശ്വരന്മാരായി മാറുന്നു; തൊഴിലാളിയുടെ സ്ഥിതിയാകട്ടെ; 'കോരനു കഞ്ഞി കുമ്പിളിൽ' എന്ന സ്ഥിതിയിൽ തുടരുന്നു.

ഉൽപ്പാദനോപകരണങ്ങളുടെ ഉടമകളായ മുതലാളിമാരും അധ്വാനശക്തിയല്ലാതെ മറ്റൊന്നും സ്വന്തമായി ഇല്ലാത്ത തൊഴിലാളികളും തമ്മിലുള്ള ഒരു ഇടപാടാണല്ലൊ മുതലാളിത്തോൽപ്പാദനത്തിന്റെ തുടക്കം. അതിന്റെ ഫലമാകട്ടെ, ഈ ബന്ധം തുടരുകയാണുതാനും.

സത്യം പറയുകയാണെങ്കിൽ ഉൽപ്പാദനോപകരണങ്ങളുടെ ഉടമകളായ മുതലാളിമാർ ഉൽപ്പാദനപ്രക്രിയയുടെ ഓരോ ഘട്ടത്തിലും തങ്ങളുടെ കൈവശമുള്ള ഉൽപ്പാദനോപകരണങ്ങളുടെ എണ്ണവും അളവും വർധിപ്പിക്കുന്നു. തൊഴിലാളിയാകട്ടെ, മുതലാളിത്തോൽപ്പാദനപ്രക്രിയ തുടങ്ങിയപ്പോഴെന്നപോലെ അധ്വാനശക്തിയൊഴിച്ച് മറ്റൊരു സ്വത്തുമില്ലാത്ത നിർധനനായി തുടരുകയും ചെയ്യുന്നു. ക്രമപ്രവൃദ്ധമായ മുതലാളിത്തോൽപ്പാദനത്തിലൂടെ മുതലാളി – തൊഴിലാളി വർഗങ്ങൾ തമ്മിലുള്ള ബന്ധം കൂടുതൽ രൂക്ഷമായ സംഘട്ടനത്തിന്റേതാവുന്നുവെന്നർഥം.

തൊഴിലില്ലാപ്പട്ടാളം മുതലാളിത്തോൽപ്പാദനത്തിന്റെ അഭേദ്യഭാഗം

എന്നാൽ മുതലാളിത്തോൽപ്പാദനത്തിന്റെ വളർച്ച നിമിത്തം മുതലാളിമാർ ലക്ഷപ്രഭുക്കളിൽനിന്ന് കോടീശ്വരന്മാരായി മാറുകയും തൊഴിലാളികൾ നിർധനരായി തുടരുകയും മാത്രമല്ല ചെയ്യുന്നത്. തൊഴിലാളിയുടെ സ്ഥിതി കൂടുതൽ പ്രയാസകരമായി വരികകൂടി ചെയ്യുന്നു.

സ്വന്തമായി മറ്റൊരു സ്വത്തുമില്ലാത്തതിനാൽ നിശ്ചിതസമയത്തേക്ക് ജോലിചെയ്യാമെന്ന വ്യവസ്ഥയിൽ സ്വന്തം അധ്വാനശക്തി വിലയ്ക്കു വിൽക്കുകയാണല്ലോ തൊഴിലാളി ചെയ്യുന്നത്. അതിനുകിട്ടേണ്ട വിലയെ (കൂലിത്തോത്, ജോലിസമയം, ജോലിയുടെ തീവ്രത മുതലായവയെ) ആസ്പദമാക്കിയാണ് ട്രേഡ് യൂണിയൻ സംഘടനകളിലൂടെ സ്വന്തം വർഗതാൽപര്യം സംരക്ഷിക്കാൻ തൊഴിലാളി ശ്രമിക്കുന്നത്.

എന്നാൽ മുതലാളിത്തോൽപ്പാദനത്തിന്റെ ക്രമപ്രവൃദ്ധത നിമിത്തം അധ്വാനശക്തിയെന്ന ഏക സ്വത്ത് വിലയ്ക്ക് നൽകാനുള്ള തൊഴിലാളിയുടെ കഴിവ് കുറഞ്ഞുകുറഞ്ഞ് വരികയോ തികച്ചും നഷ്ടപ്പെടുകയോ ആണ്. *മൂലധനം* ഒന്നാംവാല്യത്തിന്റെ 25–ാം അധ്യായം ഈ വസ്തുതയുടെ പരിശോധനക്കാണ് മാർക്സ് ഉപയോഗിക്കുന്നത്.

ക്രമപ്രവൃദ്ധമായ മുതലാളിത്തോൽപ്പാദനത്തിന്റെ ഫലമായി തുടക്കത്തിൽ അധ്വാനശക്തിക്ക് ഡിമാന്റ് വർധിക്കുന്നു. കൂടുതൽ തൊഴിലാളികളെ ജോലിക്കുവയ്ക്കാൻ തൊഴിലാളി നിർബന്ധിക്കപ്പെടുന്നുവെന്നർഥം. പക്ഷേ അതോടൊപ്പം മറ്റൊരു കാര്യവും നടക്കുന്നു.

മുതലാളിത്തോൽപ്പാദനം വികസിക്കുന്നതിന്റെ ഫലമായി കൂടുതൽ പരിഷ്കരിച്ച യന്ത്രോപകരണങ്ങൾ പ്രവർത്തനത്തിലാവുകയും കൂടുതൽ അസംസ്കൃത പദാർഥങ്ങൾ ഉപയോഗിക്കേണ്ടിവരികയും ചെയ്യുന്നു; ഈ ആവശ്യത്തിനുവേണ്ടി മുടക്കപ്പെടുന്ന സ്ഥിതിമൂലധന

ത്തിന്റെ ('സ്ഥാവര'വും കൂലികൊടുക്കലൊഴിച്ചുള്ള 'ജംഗമ'വുമായ മൂലധനത്തിന്റെ) തോത് വർധിക്കുന്നു; നേരെമറിച്ച് സാമ്പത്തിക വളർച്ചയുടെ ഫലമായി ഉൽപ്പാദനപ്രക്രിയയിൽ ഉപയോഗിക്കാവുന്ന തൊഴിലാളികളുടെ എണ്ണം കുറയുന്നു. ഇതിനെയാണ് മാർക്സ് 'സാപേക്ഷമിച്ച ജനസംഖ്യയുടെ അഥവാ വ്യാവസായിക റിസർവ് സേനയുടെ 'സൃഷ്ടി' എന്ന് വിളിക്കുന്നത്.

ജോലിചെയ്ത് കൂലിവാങ്ങുന്ന തൊഴിലാളികളിലൊരുഭാഗം ജോലിയോ കൂലിയോ കിട്ടാതെ 'തൊഴിലില്ലാപ്പട്ടാള'മായി മാറുന്നത് മുതലാളിത്തോൽപ്പാദനത്തിന്റെ 'രക്ഷ'ക്ക് അത്യാവശ്യമാണ്. തൊഴിലില്ലായ്മ ഇല്ലാത്ത മുതലാളിത്തോൽപ്പാദനം അസാധ്യമാണെന്ന് മാർക്സ് സ്ഥാപിക്കുന്നു.

ഈ തത്വം സൈദ്ധാന്തികമായി സ്ഥാപിക്കുകമാത്രമല്ല മാർക്സ് ചെയ്യുന്നത്. *മൂലധനം* ഒന്നാംവാല്യത്തിന്റെ 90 പേജുകളിലധികം (865 തൊട്ട് 957 വരെ പേജുകൾ) ഇംഗ്ലണ്ടിലെ മുതലാളിത്തവളർച്ചയിൽ തൊഴിലില്ലാപ്പടയുടെ സൃഷ്ടിക്കുവേണ്ടി ഭരണവർഗമെടുത്ത നടപടികളെ മൂർത്തമായി വിശദീകരിക്കുകയാണ്.

മുതലാളിത്തത്തിന്റെ വളർച്ചയുടെ ആദ്യഘട്ടമാണ് മാർക്സ് *മൂലധന*ത്തിൽ പരിശോധിക്കുന്നത്. അതിന് ആധാരമായി അദ്ദേഹം എടുത്ത വസ്തുതകളാകട്ടെ പ്രധാനമായി ഇംഗ്ലണ്ടിലേതുമാണ്. എന്നാൽ ഒരു വശത്ത് മൂലധനത്തിന്റെ കേന്ദ്രീകരണവും മറുവശത്ത് തൊഴിലില്ലാപ്പടയുടെ വളർച്ചയും കഴിഞ്ഞ ഒന്നേകാൽ നൂറ്റാണ്ടിലധികം കാലത്ത് മുതലാളിത്ത ലോകത്തെയാകെ ബാധിച്ചിരിക്കുന്നു.

ഇന്ന് വികസിത മുതലാളിത്ത രാജ്യങ്ങളിലോരോന്നിലും തൊഴിലാളിവർഗത്തിൽ പത്ത് ശതമാനം വരെ തൊഴിലില്ലാപട്ടാളമാണ്. ജോലി ചെയ്യുന്ന തൊഴിലാളികളെ മാത്രമല്ല ജോലി ഇല്ലാത്തവരെപ്പോലും ക്രൂരമായി ചൂഷണം ചെയ്യാതെ മുതലാളിത്തത്തിന് നിലനിൽപ്പില്ലെന്നതാണ് സത്യം.

മൂലധനത്തിന്റെയും അധ്വാനശക്തിയുടെയും ഉദ്ഭവം

ഉൽപ്പാദനോപകരണങ്ങളുടെ ഉടമയായ മുതലാളിയും അധ്വാനശക്തിയുടെ ഉടമയായ തൊഴിലാളിയും കണ്ടുമുട്ടുകയും കച്ചവടംനടത്തുകയും ചെയ്യുന്നതിൽ തുടങ്ങി മിച്ചമൂല്യോൽപ്പാദനത്തിലും അതിന്റെ ക്രമപ്രവൃദ്ധമായ പുരോഗതിയിലും ചെന്നവസാനിച്ച് ഒരു വശത്ത് ലക്ഷപ്രഭുക്കൾ കോടീശ്വരന്മാരും മറുവശത്ത് തൊഴിലാളികൾ തൊഴിലില്ലാത്തവരുമായി മാറുകയെന്ന പ്രക്രിയയാണല്ലൊ ഇതേവരെ വിവരിച്ചത്. *മൂലധനം* ഒന്നാം വാള്യത്തിന്റെ ആദ്യത്തെ 25 അധ്യായങ്ങളിൽ ഇതിന്റെ കഥയാണ് മാർക്സ് വിവരിക്കുന്നത്.

ഇതിനെ തുടർന്ന് മർമപ്രധാനമായ ഒരു ചോദ്യം മാർക്സ് ചോദിക്കുന്നു: ഉൽപ്പാദനോപകരണങ്ങളുടെ ഉടമയായ മുതലാളിയും അധ്വാനശക്തിയുടെ മാത്രം ഉടമയായ തൊഴിലാളിയും എങ്ങനെ സമൂഹത്തിൽ ഉടമകളായി? ഈ ചോദ്യത്തിനുള്ള ഉത്തരമാണ് 26 തൊട്ട് 33 വരെ അടക്കമുള്ള 8 അധ്യായങ്ങളിൽ (957 തൊട്ട് 1039 വരെയുള്ള പേജുകളിൽ മാർക്സ് വിവരിക്കുന്നത്.

അധ്വാനശക്തിയെന്ന ചരക്കിന്റെ ഉടമയും ഉൽപ്പാദനോപകരണങ്ങളുടെ ഉടമയും തമ്മിൽ സമ്പൂർണ സമത്വത്തിന്റെ അടിസ്ഥാനത്തിൽ നടക്കുന്ന മുതലാളിത്തോൽപ്പാദനമാണ് ആദ്യത്തെ 25 അധ്യായങ്ങളിൽ മാർക്സ് വിവരിക്കുന്നത്. അതിൽ ബലപ്രയോഗത്തിന്റെ അംശമെ ഇല്ല; അധ്വാനശക്തിയെന്ന ചരക്കിന് അതിന്റെ മൂല്യം പൂർണമായി നൽകിയിട്ടാണ് മുതലാളി അത് സ്വായത്തമാക്കുന്നത്.

പക്ഷേ അതിന്റെ ഉപഭോഗത്തിൽ – അധ്വാനശക്തിയുടെ മുൻ ഉടമയായ തൊഴിലാളിയെക്കൊണ്ട് പണിയെടുപ്പിക്കുന്നതിൽ – അധ്വാനശക്തി സ്വായത്തമാക്കുന്നതിനു കൊടുത്ത മൂല്യത്തെക്കാൾ കൂടുതൽ മൂല്യമുണ്ടാവുന്നു. ഈ അധികമൂല്യത്തിൽ ഒരു പങ്ക് സ്വന്തം ജീവിതാവശ്യങ്ങൾക്കുവേണ്ടി ഉപയോഗിക്കുന്ന മുതലാളി മറ്റൊരു ഭാഗം

പുതിയ മൂലധനമാക്കി മാറ്റുകയും അതുപയോഗിച്ച് കൂടുതൽ ഉൽപ്പാദനോപകരണങ്ങളും അധ്വാനശക്തിയും വാങ്ങുകയും ചെയ്യുന്നു.

അങ്ങനെ ആദ്യവട്ടം ഉൽപ്പാദനപ്രക്രിയയിൽ ഉണ്ടായിരുന്നതിനേക്കാൾ കൂടുതൽ സംഖ്യ നിക്ഷേപിക്കുന്ന മുതലാളിക്ക് മുൻവട്ടത്തിൽ കിട്ടിയ മിച്ചമൂല്യത്തെക്കാൾ കൂടുതൽ മിച്ചമൂല്യമുണ്ടാവുന്നു. ഇതിന് സമാന്തരമായി തൊഴിലാളികളിലൊരു വിഭാഗം തൊഴിലില്ലാപ്പട്ടാളത്തിൽ ചെന്നുചേരുന്നു.

ഈ പ്രക്രിയയിലെവിടെയും ബലപ്രയോഗത്തിന്റെ പ്രശ്നമില്ല. ചരക്കുകൈമാറ്റങ്ങളുടെ നിയമമനുസരിച്ച് ന്യായമായി കിട്ടേണ്ട സംഖ്യയാണ് മുതലാളിക്കും തൊഴിലാളിക്കും കിട്ടുന്നത്. 'ന്യായമായ ജോലിക്ക് ന്യായമായ വേതനം' എന്ന നിയമം തൊഴിലാളിക്കും മുതലാളിക്കും ബാധകമാണ്.

എന്നാൽ മൂലധനത്തിന്റെയും അധ്വാനശക്തിയുടെയും ഉദ്ഭവം ഇങ്ങനെയല്ല. അതിൽ ബലപ്രയോഗം, കൊള്ളയടിക്കൽ, പിടിച്ചുപറി മുതലായതെല്ലാം വ്യാപകമായി നടന്നിട്ടുണ്ട്. ഫ്യൂഡൽ സമൂഹത്തിൽ സ്വതന്ത്രരായിരുന്ന കൃഷിക്കാർ, കൈവേലക്കാർ മുതലായ സ്വത്തുടമകളെ നിർധനരാക്കിയതിന്റെ കഥ സവിസ്തരം പറഞ്ഞതിനുശേഷം മാർക്സ് നിരീക്ഷിക്കുന്നത് ഇങ്ങനെയാണ്:

മൂലധനം കടന്നുവന്നത് ആപാദശീർഷം രോമകൂപങ്ങളിൽ നിന്ന് ചെളിയും ചോരയും ഇറ്റിച്ചുകൊണ്ടാണ്. 27–ാം അധ്യായത്തിന്റെ തലക്കെട്ടുതന്നെ ഇതാണ്: "ഭൂമിയിൽ നിന്നുള്ള കർഷകജനതയുടെ നിഷ്കാസനം." 28–ാം അധ്യായത്തിനാകട്ടെ താഴെപറയുന്ന തലക്കെട്ട് മാർക്സ് കൊടുത്തിരിക്കുന്നു: "നിഷ്കാസനം ചെയ്യപ്പെട്ടവർക്കെതിരായി 15–ാം നൂറ്റാണ്ടിന്റെ അവസാനംവരെ നടന്ന രക്തപങ്കിലമായ നിയമനിർമാണം, നിർബന്ധപൂർവം കൂലികുറയ്ക്കുന്ന പാർലമെന്റ് നിയമങ്ങൾ".

ഈ രണ്ടധ്യായങ്ങളിൽ വിവരിക്കുന്നത് ഇംഗ്ലണ്ടിന്റെ സാമ്പത്തിക ചരിത്രമാണ്. ഫ്യൂഡൽസമൂഹത്തിന്റെ തലപ്പത്തിരുന്ന പ്രമാണിവർഗം സ്വതന്ത്രരായ കർഷകരുടെയും കൈത്തൊഴിൽകാരുടെയും സ്വകാര്യസ്വത്ത് തട്ടിപ്പറിക്കുന്നു; അവരെ നിർധനരാക്കുന്നു; അവർക്കുണ്ടായിരുന്ന സ്വത്തുക്കൾ പ്രമാണിവർഗത്തിന്റേതാക്കുന്നു; അധ്വാനശക്തിയൊഴിച്ച് മറ്റൊരു സ്വത്തുമില്ലാത്തതിനാൽ ആ സ്വത്ത് വിൽക്കുന്നതിന് തൊഴിൽകമ്പോളത്തെ ആശ്രയിക്കാൻ അവരെ നിർബന്ധിക്കുന്നു.

ഈ പ്രക്രിയയിലൂടെയാണ് ഫ്യൂഡൽ സമൂഹത്തിലെ പ്രമാണിമാർ ഉൽപ്പാദനോപകരണങ്ങളുടെ ഉടമകളും ഫ്യൂഡൽ സമൂഹത്തിലെ ദരിദ്രജനവിഭാഗം അധ്വാനശക്തി വിൽക്കാൻ നിർബന്ധിക്കപ്പെടുന്നവരുമായിത്തീരുന്നത്. ഇതിന്റെ ഫലമായുണ്ടാവുന്ന "മുതലാളിയായ കർഷകന്റെ ഉൽപ്പത്തി" 29–ാം അധ്യായത്തിലും 'വ്യാവസായിക മൂല

ധനത്തിനുവേണ്ടി ആഭ്യന്തര വിപണി സൃഷ്ടിക്കൽ' 30–ാം അധ്യായത്തിലും "വ്യവസായ മുതലാളിയുടെ ഉൽപ്പത്തി" 31–ാം അധ്യായത്തിലും മാർക്സ് വിവരിക്കുന്നു.

അങ്ങനെ ഫ്യൂഡൽ സമൂഹത്തിൽ സ്വതന്ത്രരായിരുന്ന കർഷകരിൽനിന്നും കൈവേലക്കാരിൽനിന്നും ഒരു ചെറുന്യൂനപക്ഷം ഉൽപ്പാദനോപകരണങ്ങളുടെ ഉടമകളും ബഹുഭൂരിപക്ഷം അധ്വാനശക്തിയൊഴിച്ച് മറ്റൊന്നിനുമേലും ഉടമാവകാശമില്ലാത്തവരുമായിത്തീരുന്നു. ഇതാണ് ഒരുവശത്ത് മൂലധനവും മറുവശത്ത് അധ്വാനശക്തിയും രൂപപ്പെടാൻ ഇടയാക്കിയത്.

ഈ പ്രക്രിയയിൽ ഉൽപ്പാദനോപകരണങ്ങളുടെയും അധ്വാനശക്തിയുടെയും ഉടമകൾ തമ്മിലെന്നപോലെ സമത്വത്തിന്റെ പ്രശ്നമേ ഇല്ല. രണ്ടിന്റെയും ഉടമകൾ തമ്മിൽ വിലപേശലിന്റെ അടിസ്ഥാനത്തിലുള്ള ഒത്തുതീർപ്പിന്റെയും പ്രശ്നമില്ല. ഫ്യൂഡൽ സമൂഹത്തിന്റെ തലപ്പത്തിരിക്കുന്ന പ്രമാണിമാർ തങ്ങളുടെ കയ്യിലുള്ള ഭരണാധികാരമുപയോഗിച്ച് ബഹുഭൂരിപക്ഷം വരുന്ന ചെറുകിട സ്വത്തുടമസ്ഥൻമാരിൽനിന്ന് അവരുടെ സ്വത്ത് തട്ടിപ്പറിക്കുകയാണ്. മുമ്പ് ചെറുകിട സ്വത്തുടമസ്ഥന്മാരുടെതായിരുന്ന ഉൽപ്പാദനോപകരണങ്ങൾ ഒരുപിടി വൻകിടക്കാരുടെ കയ്യിലൊതുങ്ങുന്നു. പഴയ ചെറുകിട സ്വത്തുടമസ്ഥന്മാരാകട്ടെ തികച്ചും നിർധനരായിത്തീർന്നു. അധ്വാനശക്തി വിൽക്കുന്നതിന് കമ്പോളത്തെ ശരണം പ്രാപിക്കാൻ നിർബന്ധിക്കപ്പെടുന്നു.

മാർക്സ് ഈ കഥ പറയുന്നത് മുഖ്യമായും ഇംഗ്ലണ്ടിനെ ആസ്പദമാക്കിയാണ്. അല്പസ്വല്പവ്യത്യാസങ്ങളോടെ മറ്റ് യൂറോപ്യൻ രാജ്യങ്ങളിലും ഇതുതന്നെ നടന്നു. അതായത് യൂറോപ്യൻ രാജ്യങ്ങളുടെ മധ്യയുഗചരിത്രത്തിൽ ഫ്യൂഡൽ സമൂഹത്തിലെ പ്രമാണിമാർ ആ സമൂഹത്തിലെ ദരിദ്രരുടെ ചെറുകിട സ്വത്തുക്കൾ ബലംപ്രയോഗിച്ച് കൈയടക്കിയാണ് ആദ്യകാല മുതലാളിമാരായിത്തീർന്നത്. അങ്ങനെ നിർധനരാക്കപ്പെട്ട മുൻ ചെറുകിട സ്വത്തുടമസ്ഥൻമാരുടെ അധ്വാനശക്തി ഈ പ്രമാണിവർഗം വിലയ്ക്കെടുക്കുകയും ചെയ്തു. ഇതാണ് ഇംഗ്ലണ്ടടക്കമുള്ള യൂറോപ്യൻ രാജ്യങ്ങളിൽ ഒരു വശത്ത് മൂലധനവും മറുവശത്ത് കൂലിപ്പണിക്കാരുമെന്ന വിധത്തിലുള്ള ബൂർഷ്വാ സമൂഹമായി വളരാനിടയാക്കിയത്.

പക്ഷേ ഇതിന് സമാന്തരമായി അരഡസനോളം വരുന്ന യൂറോപ്യൻരാജ്യങ്ങൾ ഏഷ്യയെയും ആഫ്രിക്കയെയും അമേരിക്കയെയും തങ്ങളുടെ കീഴിലാക്കാൻ തുടങ്ങി. അവിടെയെല്ലാമുള്ള ചെറുകിട സ്വത്തുടമസ്ഥന്മാരെ നിർധനരാക്കുകയും ആ രാജ്യങ്ങളെയെല്ലാം തങ്ങളുടെ സ്വന്തം രാജ്യത്ത് ഉൽപ്പാദിപ്പിക്കുന്ന ചരക്കുകൾ വിറ്റഴിക്കാനുള്ള കമ്പോളമാക്കിമാറ്റുകയും ചെയ്തു. 17, 18, 19 നൂറ്റാണ്ടുകളിൽ ഇംഗ്ലണ്ടടക്കമുള്ള ഓരോ യൂറോപ്യൻ രാജ്യത്തിനും മറ്റ് ഭൂഖണ്ഡങ്ങളിൽ സ്വന്തം അധിനിവേശരാജ്യങ്ങളുണ്ടായിത്തീർന്നു. അവിടെയെല്ലാ

മുള്ള ചെറുകിട സ്വത്തുടമസ്ഥന്മാരുടെ കയ്യിലുള്ള സ്വത്ത് യൂറോപ്യൻ മുതലാളിമാർ സ്വായത്തമാക്കുകയും ആ ചെറുകിട സ്വത്തുടമസ്ഥ ന്മാരെ നിർധനരാക്കുകയും ചെയ്തു. ഈ പ്രക്രിയയെയാണ് *മൂല ധന*ത്തിന്റെ അവസാനാധ്യായത്തിൽ 'അധിനിവേശത്തിന്റെ ആധുനിക സിദ്ധാന്തം' എന്ന തലക്കെട്ടിൽ മാർക്സ് വിവരിച്ചത്.

മുതലാളിത്ത വളർച്ചയുടെ അഭേദ്യഭാഗമായി മറ്റ് ഭൂഖണ്ഡങ്ങ ളിലെ രാജ്യങ്ങളെ യൂറോപ്യൻ മുതലാളിത്തരാജ്യങ്ങളുടെ കോളനിക ളാക്കുന്ന പ്രക്രിയ സംബന്ധിച്ച ഈ മാർക്സിസ്റ്റ് സിദ്ധാന്തത്തിന്റെ വിപുലീകൃതരൂപമാണ് പിന്നീട് ലെനിൻ രചിച്ച *സാമ്രാജ്യത്വം*. ലെനിന്റെ സിദ്ധാന്തത്തെയും അനന്തരകാല ലെനിനിസ്റ്റുകാർ കൂടു തൽ വികസിപ്പിച്ചെടുത്തിട്ടുണ്ട്.

എന്നാൽ മാർക്സിനെയും ലെനിനെയും ആശ്രയിക്കാതെ തന്നെ ഇന്ത്യയിലെ ദാദാബായിനവറോജി, മഹാദേവ ഗോവിന്ദറാനഡെ, ആർ സി ദത്ത് മുതലായവർ ബ്രിട്ടീഷ് ഭരണാധികാരികൾ ഇന്ത്യയെ കൊള്ള യടിക്കുന്നതിന്റെ ചിത്രം വരച്ചുകാട്ടുകയുണ്ടായി. ഇന്ത്യയെപ്പോലുള്ള അധീനരാജ്യങ്ങളിലെ ചെറുകിട സ്വത്തുടമസ്ഥന്മാരെ നിർധനരാക്കിയി ട്ടാണ് യൂറോപ്യൻ രാജ്യങ്ങളിലെ മുതലാളിമാർ സ്വന്തം രാജ്യത്തെ മുതലാളിത്ത വികസനം സാധിച്ചതെന്ന കാര്യം മാർക്സിന്റെ കാല ത്തേക്കാൾ എത്രയോ കൂടുതൽ ഇന്ന് വ്യക്തമാക്കിയിട്ടുണ്ട്. പക്ഷേ ലോകമുതലാളിത്തത്തിന്റെ വളർച്ചയിൽ അധിനിവേശ സിദ്ധാന്തത്തി നുള്ള സ്ഥാനം മാർക്സിന്റെ *മൂലധനം* ഒന്നാംവാല്യത്തിന്റെ അവസാ നാധ്യായത്തിൽ എടുത്തുപറഞ്ഞിട്ടുണ്ടെന്ന സത്യം നമുക്ക് മറക്കാൻ വയ്യ.

മുതലാളിത്തത്തിന്റെ ഭാവി

മുകളിൽ പറഞ്ഞവസാനിപ്പിച്ച അധിനിവേശരാജ്യങ്ങളുടെ കാര്യം *മൂലധന*ത്തിന്റെ (ഒന്നാംവാല്യം) അവസാനാധ്യായത്തിലാണ് വിവരിച്ചിട്ടുള്ളത്. അതിനുമുമ്പത്തെ അധ്യായം *മൂലധന*ത്തിന്റെ മൂന്ന് വാല്യങ്ങളും കൂടി വായിക്കുന്നവർക്ക് അതിപ്രധാനമാണ്. എന്തുകൊണ്ടെന്നാൽ ഈ മൂന്ന് വാല്യങ്ങളിലുമായി വിവരിക്കുന്ന മുതലാളിത്ത സമൂഹത്തിന്റെ ഭാവി എന്താണെന്ന മാർക്സിയൻ സിദ്ധാന്തത്തിന്റെ സംക്ഷേപമാണ് ആ അധ്യായത്തിൽ കൊടുത്തത്.

25 മുതൽ 33 വരെയുള്ള അധ്യായങ്ങളിൽ പരിശോധിച്ചത് ഇംഗ്ലണ്ടടക്കമുള്ള മുതലാളിത്ത രാജ്യങ്ങളിൽ ഒരുവശത്ത് ഉൽപ്പാദനോപകരണങ്ങളുടെ ഉടമകളും മറുവശത്ത് അധ്വാനശക്തിയല്ലാതെ മറ്റൊരു സ്വത്തും ഇല്ലാത്തവരും തമ്മിലുള്ള വിഭജനത്തിന്റെ തുടക്കം ബലപ്രയോഗത്തിലും ബലപ്രയോഗത്തിലൂടെയുള്ള തട്ടിപ്പറിയിലുമാണെന്നാണ്. സ്വന്തം രാജ്യത്തെയും അധീനരാജ്യങ്ങളിലേയും ചെറുകിട സ്വത്തുടമസ്ഥന്മാരെ ബലപ്രയോഗം വഴി നിർധനരാക്കുന്നതിലൂടെയാണ് മുതലാളിത്തം രൂപപ്പെടുന്നത്. ഇത് എവിടെച്ചെന്നവസാനിക്കുമെന്ന് മുമ്പുതന്നെ പല ഗ്രന്ഥങ്ങളിലും പ്രബന്ധങ്ങളിലുമായി മാർക്സ് വിശദീകരിച്ചിട്ടുണ്ട്. അതിന്റെ സാരാംശം ഈ ഗ്രന്ഥത്തിന്റെ 32–ാം അധ്യായത്തിൽ മാർക്സ് ഉൾക്കൊള്ളിച്ചിട്ടുണ്ട്.

അപഹരണത്തിലൂടെയും തട്ടിപ്പറിയിലൂടെയും ബലപ്രയോഗത്തിലൂടെയുമാണ് മൂലധനം കുന്നുകൂടിയത്. അതിന്റെ സ്വാഭാവിക ഫലമായി അപഹരണത്തിനും തട്ടിപ്പറിക്കും ബലപ്രയോഗത്തിനുമിരയാവുന്ന സ്വന്തം നാട്ടിലെയും അധീനരാജ്യങ്ങളിലെയും ജനങ്ങൾ കലാപക്കൊടി ഉയർത്തും. അതിന്റെ പരിണാമമെന്ന നിലയ്ക്ക് അപഹർത്താക്കളുടെ, അല്ലെങ്കിൽ തട്ടിപ്പറിക്കാരുടെ, കയ്യിൽ കുന്നുകൂടിയിട്ടുള്ള സ്വത്ത് തിരിച്ചു പിടിക്കപ്പെടും. ചെറുകിട സ്വത്തുടമസ്ഥന്മാരിൽ നിന്ന്

ബലപ്രയോഗത്തിലൂടെ തട്ടിപ്പറിച്ചെടുക്കപ്പെട്ട സ്വത്തുക്കൾ തൊഴിലാളിവർഗത്തിന്റെ നേതൃത്വത്തിൽ പിടിച്ചെടുത്ത് പഴയ ചെറുകിട സ്വത്തുടമസ്ഥന്മാർക്ക് തിരിച്ചുകൊടുക്കുകയോ സമൂഹത്തിന്റെ പൊതുസ്വത്താക്കുകയോ ചെയ്യും. (ഇതിനെയാണ് ആലങ്കാരിക ഭാഷയിൽ 'അപഹർത്താക്കൾ അപഹരിക്കപ്പെടും' എന്ന് മാർക്സ് വർണിച്ചത്.) ഈ പ്രക്രിയയിലൂടെയാണ് തൊഴിലാളിവർഗസർവാധിപത്യം സ്ഥാപിച്ച് കമ്യൂണിസ്റ്റ് സമൂഹത്തിന്റെ ഒന്നാം ഘട്ടത്തിലൂടെ രണ്ടാം ഘട്ടത്തിലെത്തി, വർഗരഹിതസമൂഹം സ്ഥാപിക്കുകയെന്ന് മാർക്സും എംഗൽസും ലെനിനും പിന്നീട് പലയിടത്തും വിശദീകരിച്ചിട്ടുണ്ട്. അതിന്റെ സാരാംശം *മൂലധനം* ഒന്നാം വാല്യത്തിന്റെ അവസാനത്തേതിന് തൊട്ടു മുമ്പുള്ള അധ്യായത്തിൽ മാർക്സ് വ്യക്തമാക്കിയിട്ടുണ്ട്.

രണ്ടാം വാല്യം

പരിക്രമണ പ്രക്രിയ

ഒന്നാം വാല്യത്തിൽ നിന്ന് രണ്ടാം വാല്യത്തിലേക്ക്

ധാരാളം പണം കൈവശമുള്ള മുതലാളി അതുപയോഗിച്ച് വ്യാവസായികോൽപ്പാദനത്തിനുവേണ്ട കെട്ടിടം കെട്ടി, യന്ത്രോപകരണങ്ങളും അസംസ്കൃതപദാർഥങ്ങളും കൈവശപ്പെടുത്തി, അവയെ ഉപയോഗിക്കുന്നതിന് അധ്വാനശക്തി അതിന്റെ മൂല്യത്തിന് വാങ്ങുകയും അതിനെ ഉപയോഗിച്ച് ഉൽപ്പാദനം നടത്തുകയും ചെയ്യുമ്പോഴുണ്ടാവുന്ന മിച്ചമൂല്യത്തിന്റെ കഥയാണല്ലോ ഒന്നാംവാല്യത്തിൽ പറഞ്ഞത്. ആ പ്രക്രിയയുടെ ഫലമായി മുതലാളി മുടക്കിയ മൂലധനത്തിലടങ്ങിയതിനേക്കാൾ കൂടുതൽ മൂല്യമുള്ള ചരക്ക് മുതലാളിയുടെ കയ്യിലെത്തുന്നു. അതയാൾ പണമാക്കി മാറ്റി കൂടുതൽ മൂലധനം ശേഖരിക്കുന്നു. ഈ പ്രക്രിയയാണ് ഒന്നാം വാല്യത്തിൽ വിശദമായി വിവരിച്ചത്.

പക്ഷേ ഇതോടെ മൂലധനമോ അതിന്റെ പ്രവർത്തനം മൂലമുണ്ടായതും മുതലാളി കൈവശപ്പെടുത്തിയതുമായ മിച്ചോൽപ്പന്നത്തിന്റെ സൃഷ്ടിയോ ഇല്ലാതാവുന്നില്ല. നേരെമറിച്ച് ആ പ്രക്രിയ ആവർത്തിക്കുകയാണ്.

മിച്ചമൂല്യമടക്കമുള്ള മിച്ചോൽപ്പന്നം മുതലാളിയുടെ കയ്യിൽ കിട്ടുന്നത് ചരക്കുകളായാണല്ലോ. പക്ഷേ അവ അതേ രീതിയിൽ നിൽക്കുന്നില്ല. കയ്യിലുള്ള മൊത്തം ഉൽപ്പന്നം കമ്പോളത്തിൽ വിറ്റ് പണമാക്കുന്ന മുതലാളി അതുപയോഗിച്ച് യന്ത്രോപകരണങ്ങൾ പുതുക്കുകയും അസംസ്കൃതപദാർഥങ്ങൾ വാങ്ങുകയും അധ്വാനശക്തി കൈവശപ്പെടുത്തുകയും ചെയ്യുന്നു. അതോടെ ഉൽപ്പാദനത്തിന്റെ മറ്റൊരുവട്ടം തുടങ്ങുകയായി – മുമ്പത്തെ വട്ടത്തെ ഉൽപ്പാദനപ്രക്രിയയിലുണ്ടായിരുന്നതിനേക്കാൾ കൂടുതൽ ഉൽപ്പന്നങ്ങളുടെ സൃഷ്ടി.

അപ്പോഴും മുതലാളിയുടെ കയ്യിൽ ആദ്യം കിട്ടുന്നത് ചരക്കുകളാണ്. അത് വിറ്റ് പണമാക്കിയാൽ മാത്രമേ യന്ത്രോപകരണങ്ങളുടെ പുതുക്കൽ, അസംസ്കൃതപദാർഥങ്ങൾ കൈവശപ്പെടുത്തൽ, അധ്വാന

ശക്തി സ്വായത്തമാക്കൽ എന്നീ പ്രക്രിയകളിലൂടെ ഉൽപ്പാദനം വീണ്ടും തുടങ്ങാൻ കഴിയുകയുള്ളൂ.

ഇങ്ങനെ ഒന്നിനുപുറകെ മറ്റൊന്നായി പലവട്ടം നടക്കുന്ന മുതലാളിത്തോൽപ്പാദനത്തിന്റെ അനുസ്യൂതമായ പുരോഗതിയെയാണ് മാർക്സ് 'മൂലധനത്തിന്റെ പരിക്രമണം' എന്ന് വിളിക്കുന്നത്. ഓരോ വട്ടവും ഉൽപ്പാദനപ്രക്രിയ നടക്കുമ്പോൾ മുൻവട്ടത്തിലേതിനെക്കാൾ കൂടുതൽ ഉൽപ്പന്നങ്ങളുണ്ടാവുന്നു; ചരക്കുകളുടെ രൂപത്തിലുള്ള ഈ ഉല്പന്നം വിറ്റുകിട്ടുന്ന പണമുപയോഗിച്ച് മുൻവട്ടത്തെക്കാൾ കൂടുതൽ യന്ത്രോപകരണങ്ങളും അസംസ്കൃതപദാർഥങ്ങളും അധ്വാനശക്തിയും കൈവശപ്പെടുത്താൻ മുതലാളിക്ക് കഴിയുന്നു; അതെല്ലാമുപയോഗിച്ച് മുൻവട്ടത്തെക്കാൾ കൂടുതൽ ഉൽപ്പന്നങ്ങളുണ്ടാവുകയും അതിൽ മിച്ചോൽപ്പന്നത്തിന്റെയും മിച്ചവിലയുടെയും തോത് വർധിക്കുകയും ചെയ്യുന്നു.

അനുസ്യൂതം നടക്കുന്ന ഈ പ്രക്രിയയിലൂടെയാണ് ആദ്യത്തെ ചെറുകിട മുതലാളിമാർ പിന്നത്തെ ലക്ഷപ്രഭുക്കളും കോടീശ്വരൻമാരുമായി മാറുന്നത്; മറുവശത്ത് തൊഴിലാളികൾ തൊഴിലില്ലാത്തവരായിത്തീരുന്നു; ബഹുഭൂരിപക്ഷം ജനങ്ങളുടെ ജീവിതനിലവാരം അടിക്കടി താണുവരുന്നു. അങ്ങനെ ഒരുവശത്ത് പണക്കൊഴുപ്പും മറുവശത്ത് പട്ടിണിയും പെരുകുന്നു.

ഇതിന്റെ ഉദ്ഭവമാണ് ഒന്നാംവാല്യത്തിൽ വിവരിച്ചതെങ്കിൽ, അനുക്രമമായ വളർച്ചയാണ് രണ്ടാംവാല്യത്തിൽ അനാവരണം ചെയ്യുന്നത്.

സ്ഥിരാസ്ഥിര മൂലധനങ്ങളും നിശ്ചിത – പരിക്രമണമൂലധനങ്ങളും

ഒന്നാം വാല്യത്തിൽ വിവരിച്ച ഉൽപ്പാദനപ്രക്രിയയിൽ സൃഷ്ടിക്കപ്പെടുന്ന മിച്ചമൂല്യമടക്കം മൊത്തം ഉൽപ്പന്നമാകെ കൈവശപ്പെടുത്തുന്ന മുതലാളി അത് വീണ്ടും വിപണിയിലിറക്കി ഉൽപ്പാദനപ്രക്രിയ നടത്തുന്നതാണ് രണ്ടാംവാല്യത്തിൽ വിവരിക്കുന്നത്. തുടരെത്തുടരെ ഉൽപ്പാദനപ്രക്രിയ നടക്കുകയും അതിന്റെ ഓരോ വട്ടമെത്തുമ്പോൾ കൂടുതൽ മൂലധനമുണ്ടാവുകയുമാണ് ചെയ്യുന്നത്.

പക്ഷേ ഉൽപ്പാദനവും പരിക്രമണവും തമ്മിൽ ഒരു പ്രധാന വ്യത്യാസമുണ്ട്: ഉൽപ്പാദനപ്രക്രിയയുടെ ഫലമായി പുതിയ മൂല്യം (മിച്ചമൂല്യം) ഉണ്ടാവുന്നു. പരിക്രമണമാവട്ടെ, മുമ്പു നടന്ന ഉൽപ്പാദനപ്രക്രിയയിൽ രൂപപ്പെട്ട ഉൽപ്പന്നം മുതലാളിയുടെ കയ്യിൽ നിന്ന് വ്യാപാരിയുടെയും പണമിടപാടുകാരന്റെയും ഭൂവുടമയുടെയും മറ്റനവധി ഇടത്തട്ടുകാരുടെയും കയ്യിലേക്ക് മാറുന്ന പ്രക്രിയയാണ്.

എന്നുവച്ചാൽ ഉൽപ്പാദനപ്രക്രിയയിൽ തൊഴിലാളിയുടെ മേൽ മുതലാളി നടത്തുന്ന ചൂഷണമുണ്ട് (മിച്ചമൂല്യം മുഴുവൻ ചൂഷണത്തിന്റെ ഫലമാണ്). ചൂഷകനായ മുതലാളിയും ചൂഷിതനായ തൊഴിലാളിയും തമ്മിലുള്ള ഇടപാടിന്റെ രൂപത്തിലാണ് മുതലാളിത്ത സമൂഹത്തിൽ ഉൽപ്പാദനം നടക്കുന്നത്. പരിക്രമണത്തിലാകട്ടെ, ചൂഷകചൂഷിതബന്ധമില്ല. ചൂഷകനായ മുതലാളി കൈവശപ്പെടുത്തിയ മിച്ചമൂല്യത്തോടുകൂടിയ പുതിയ ഉൽപ്പന്നം മുതലാളിയിൽ നിന്ന് കച്ചവടക്കാരൻ വാങ്ങി നേരിട്ടോ ഇടത്തട്ടുകാർ വഴിയോ ഉപഭോക്താവിന് വിൽക്കുകയാണ്. മുതലാളി നടത്തുന്ന ചൂഷണത്തിന്റെ ഫലം മുതലാളി വർഗത്തിന്റെ വിവിധ വിഭാഗങ്ങൾ തമ്മിൽ ഉണ്ടാക്കുന്ന ഒരേർപ്പാടാണ്. ഇക്കാരണത്താലാണ് ഒന്നാം വാല്യം വായിച്ച മുതലാളിത്ത സമൂഹത്തിന്റെ ചൂഷക സ്വഭാവം മനസ്സിലാക്കി ആവേശഭരിതരായി വിപ്ലവപ്രവർത്തനത്തിന്റെ രംഗത്തിലേക്ക് വരുന്ന വായനക്കാർക്ക് രണ്ടാംവാല്യം വിരസമായിത്തോന്നുന്നത്.

ഒന്നാംവാല്യത്തിന്റെ തുടക്കവും സാധാരണ വായനക്കാർക്ക് വിരസമായിതോന്നാമെന്ന ബോധ്യം യഥാർഥത്തിൽ മാർക്സിനു തന്നെയുണ്ടായിരുന്നു. പക്ഷേ വിരസമായിത്തോന്നുന്ന ആ അധ്യായങ്ങളിൽക്കൂടിയല്ലാതെ മുതലാളിത്തോൽപ്പാദന പ്രക്രിയയിലെ ചൂഷക സ്വഭാവം വിവരിക്കാൻ കഴിയുകയില്ല. വിരസമെന്ന് തോന്നുന്ന ആദ്യാധ്യായങ്ങൾ നിഷ്കർഷമായി പഠിച്ചതിനുശേഷം പിന്നീടുള്ള അധ്യായങ്ങൾ പഠിക്കുമ്പോഴെ മാർക്സിലെ തൊഴിലാളിവർഗ വിപ്ലവാശയക്കാരനെ വായനക്കാർക്ക് പൂർണമായി മനസിലാക്കാൻ കഴിയുകയുള്ളൂ. അപ്പോഴാണ് ഒന്നാം വാല്യത്തെ 'തൊഴിലാളി വർഗത്തിന്റെ ബൈബിൾ' എന്ന് വിശേഷിപ്പിച്ചതിന്റെ പ്രസക്തി മനസ്സിലാവുക.

ഒന്നാം വാല്യത്തിലെ ആദ്യാധ്യായങ്ങളെന്നപോലെ രണ്ടാം വാല്യത്തിന്റെ പകുതിവരേയും വിരസമായിത്തോന്നാനിടയുണ്ട്. അവസാനം വരെ വായിക്കുമ്പോൾ മാത്രമെ മുതലാളിത്തത്തിന്റെ വളർച്ച തുടർച്ചയായ പ്രതിസന്ധികളിലൂടെയാണ്, അതിനുള്ള കാരണം പരിക്രമണമാണ് എന്ന് മനസിലാവുക. അതും പഠിച്ച് മൂന്നാം വാല്യം കൂടി സ്വായത്തമാക്കുമ്പോൾ മാത്രമേ മുതലാളിത്തത്തിന്റെ അനിവാര്യമായ തകർച്ചയെ തുറന്നുകാട്ടുന്ന മാർക്സിന്റെ ഉൾക്കാഴ്ച വായനക്കാർക്ക് ബോധ്യപ്പെടുകയുള്ളൂ.

ഈ കാഴ്ചപ്പാടോടെ മാർക്സിന്റെ മൂന്ന് വാല്യങ്ങൾ നന്നായി ഗ്രഹിക്കുന്നതിന് സഹായകരമായ രണ്ടാശയങ്ങളാണ് ഒന്നാം വാല്യത്തിലെ സ്ഥിരാസ്ഥിര മൂലധനങ്ങളും രണ്ടാംവാല്യത്തിലെ നിശ്ചിത – പരിക്രമണമൂലധനങ്ങളും.

സ്ഥിരവും അസ്ഥിരവുമായ മൂലധനങ്ങളുടെ പ്രവർത്തനത്തിൽ നിന്നാണ് മുതലാളിത്തത്തിന്റെ ഉല്പാദനപ്രക്രിയ തുടങ്ങുന്നത്. പരിക്രമണ പ്രക്രിയയുടെ അടിസ്ഥാനമാകട്ടെ, നിശ്ചിതവും പരിക്രമണപരവുമായ മൂലധനങ്ങളുമാണ്. രണ്ടിന്റെയും പ്രവർത്തനം സംബന്ധിച്ച അടിസ്ഥാനപരമായ വീക്ഷണങ്ങൾ ഉൾക്കൊണ്ടാൽ മാത്രമേ മൂന്നാം വാല്യത്തിന്റെ സാരം ഗ്രഹിക്കാൻ കഴിയൂ.

സ്ഥിരവും അസ്ഥിരവുമായ മൂലധനങ്ങൾ സംബന്ധിക്കുന്ന മാർക്സിയൻ സിദ്ധാന്തം ഇതിനുമുമ്പ് ചുരുക്കി വിവരിച്ചിട്ടുണ്ട്. കെട്ടിടം, യന്ത്രോപകരണങ്ങൾ സഹായക സാമഗ്രികൾ അസംസ്കൃത പദാർഥങ്ങൾ എന്നിവ സ്ഥിരമൂലധനത്തിൽപ്പെടുന്നു. അധ്വാനശക്തിയാണ്, അതുമാത്രമാണ് അസ്ഥിരമൂലധനം. അസ്ഥിരമൂലധനത്തിൽ നിന്നാണ് മിച്ചമൂല്യമുണ്ടാവുന്നത്. സ്ഥിരമൂലധനത്തിൽ മിക്കതിന്റെയും തേയ്മാനം, അസംസ്കൃത പദാർഥങ്ങളാകെ എന്നിവയും, അസ്ഥിരമൂലധനവും ചേർന്നാണ് മിച്ചമൂല്യം സൃഷ്ടിക്കുന്നത്. അതായത് സ്ഥിരമൂലധനവും അസ്ഥിരമൂലധനവും തമ്മിലുള്ള അനുപാതമാണ് മിച്ചമൂല്യത്തോത്. ചൂഷണത്തോതെന്ന പേരും മിച്ചമൂല്യത്തോതിനുണ്ട്. എന്തുകൊണ്ടെന്നാൽ സ്ഥിരമൂലധനത്തിന്റെ ഉടമയായ മുത

ലാളി അസ്ഥിര മൂലധനത്തിന്റെ ഉടമയെ (തൊഴിലാളിയെ) ചൂഷണം ചെയ്യുന്നതിന്റെ തോതാണ് മിച്ചമൂല്യത്തോത്. ഇതിന്റെ വിശദീകരണ മാണ് ഒന്നാംവാള്യം.

തൊഴിലാളി വർഗത്തിന്റെ സൈദ്ധാന്തികനായ മാർക്സാണ് മൂല ധനത്തെ സ്ഥിരവും അസ്ഥിരവുമെന്ന് രണ്ടായിതിരിച്ചത്. ഉല്പാദനപ്ര ക്രിയയിൽ രണ്ട് വിഭാഗങ്ങളും പങ്കുകൊള്ളുന്നുണ്ടെങ്കിലും പുതിയ മൂല്യം സൃഷ്ടിക്കുന്നത് അസ്ഥിരമൂലധനം മാത്രമാണ്. അതുകൊ ണ്ടാണ് സ്ഥിരാസ്ഥിരമൂലധനങ്ങൾ തമ്മിലുള്ള അനുപാതത്തെ മിച്ചമൂ ല്യത്തോത്, അല്ലെങ്കിൽ ചൂഷണത്തോത് എന്ന് മാർക്സ് വിശേഷിപ്പിച്ച ത്. മുതലാളി സംഘടിപ്പിക്കുന്ന ഉൽപ്പാദനം തൊഴിലാളിയെ സംബന്ധി ച്ചിടത്തോളം ചൂഷണമാണെന്നതാണ് മാർക്സ് ചെന്നെത്തുന്ന നിഗമ നം.

ബൂർഷ്വാ അർഥശാസ്ത്രകാരന്മാരാകട്ടെ, മൂലധനത്തെ തിരിക്കു ന്നത് നിശ്ചിതമൂലധനമെന്നും പരിക്രമണമൂലധനവുമെന്നാണ്. സ്ഥിര മൂലധനത്തിലെ കെട്ടിടം, യന്ത്രോപകരണങ്ങൾ മുതലായ സ്ഥാവര സ്വത്തുക്കൾ നിശ്ചിതമൂലധനത്തിന്റെ ഭാഗമാണ്.

അസംസ്കൃതപദാർഥങ്ങൾക്ക് മുതലാളി നൽകേണ്ട വില, അത് വാങ്ങിക്കഴിഞ്ഞാൽ ഉല്പാദനസ്ഥലത്തേക്ക് കൊണ്ടുവരാനുള്ള കട ത്തുചെലവ്, ഉല്പന്നമായി കഴിഞ്ഞാൽ അത് വിൽക്കേണ്ട സ്ഥല ത്തേക്ക് കൊണ്ടുപോകാനുള്ള കടത്തുചെലവ്, തൊഴിലാളിക്ക് കൊടു ക്കുന്ന കൂലി മറ്റ് കാണാച്ചെലവുകൾ എന്നിവയെല്ലാം പരിക്രമണമൂല ധനമാണ്.

ഈ രണ്ടിനത്തിലുംപെട്ട മൊത്തം മൂലധനമാണ് മുതലാളി കണ ക്കാക്കുന്നത്. പണിയെടുക്കുന്ന തൊഴിലാളിയിൽ നിന്ന് മിച്ചമൂല്യമ ടക്കം മൊത്തം ഉൽപ്പന്നം കൈവശപ്പെടുത്തുന്ന മുതലാളിക്ക് താൻ മുട ക്കിയ മൊത്തം നിശ്ചിത മൂലധനത്തിൻമേൽ എന്ത് ലാഭംകിട്ടുന്നുവെ ന്നാണ് അയാൾ ചോദിക്കുന്നത്. അതിനെ അയാൾ 'ലാഭത്തോത്' എന്ന് വിളിക്കുന്നു.

ചൂഷണത്തോത് കണക്കാക്കുന്നതിന് അടിസ്ഥാനമായി തൊഴി ലാളിയിൽനിന്ന് മുതലാളി പിഴിഞ്ഞെടുക്കുന്ന മിച്ചമൂല്യത്തിന്റെ തുകത ന്നെയാണ് മുതലാളിയുടെ 'ലാഭം'. അതുകൊണ്ട് തൊഴിലാളിയുടെ ദൃഷ്ടിയിലെ ചൂഷണത്തോത് മുതലാളിയുടെ ദൃഷ്ടിയിൽ 'ലാഭ ത്തോതാ'ണ്. മിച്ചമൂല്യോൽപ്പാദനത്തിലടങ്ങിയ ചൂഷണം മറച്ചുപിടി ക്കാനാണ് മിച്ചമൂല്യം കണക്കാക്കുന്നതിനടിസ്ഥാനമായി എടുത്ത സ്ഥിരാസ്ഥിര മൂലധനങ്ങൾക്ക് പകരം നിശ്ചിതവും പരിക്രമണപരവു മായ മൂലധനങ്ങളെക്കുറിച്ച് മുതലാളി പറയുന്നത്. മുതലാളി നട ത്തുന്ന ഉൽപ്പാദനപ്രക്രിയയിൽ തനിക്കെത്രത്തോളം നഷ്ടപ്പെടുന്നു, മുതലാളിയിൽ നിന്ന് താൻ എത്രത്തോളം ചൂഷണമനുഭവിക്കുന്നു എന്നാണ് തൊഴിലാളി നോക്കുന്നത്. മുതലാളിയാകട്ടെ നിശ്ചിതമൂലധ

നത്തിനും പരിക്രമണമൂലധനത്തിനുമായി താൻ ഇറക്കിയ പണത്തിന് എത്ര ശതമാനം ലാഭം കിട്ടിയെന്നാണ് നോക്കുന്നത്.

മുതലാളിത്തത്തിലെ ഉൽപ്പാദനപ്രക്രിയ, അതിലടങ്ങിയ തൊഴിലാളിവർഗ ചൂഷണം എന്നിവയെയാണ് സ്ഥിരാസ്ഥിരമൂലധനങ്ങളും മിച്ചമൂല്യവും പ്രതിനിധാനം ചെയ്യുന്നത്. നിശ്ചിത – പരിക്രമണ മൂലധനങ്ങളും അവയുടെ പ്രവർത്തനം മൂലമുണ്ടാവുന്ന 'ലാഭ'വുമാവട്ടെ, മുതലാളി കൈവശപ്പെടുത്തുന്ന മിച്ചമൂല്യമടക്കമുള്ള ഉല്പന്നത്തിന്റെ വില്പനയിൽ നിന്ന് മുതലാളിമാരുടെ വിവിധ വിഭാഗങ്ങൾക്ക് കിട്ടുന്ന ശരാശരി പങ്കാണ്.

മുതലാളിവർഗമാകെ കൈവശപ്പെടുത്തുന്ന മിച്ചമൂല്യം വ്യവസായിയും കച്ചവടക്കാരനും പണമിടപാടുകാരനും ഭൂവുടമയും മറ്റനവധി വിഭാഗങ്ങളും പങ്കുവയ്ക്കുന്നതിന്റെ ഫലമായാണ് മുതലാളിത്ത സമ്പദ്വ്യവസ്ഥ പ്രവർത്തിക്കുന്നത്. അതിന്റെ മൊത്തം പ്രവർത്തനവും അതിൽനിന്നുളവാകുന്ന പ്രതിസന്ധികളുമാണ് മൂന്നാംവാള്യത്തിൽ മാർക്സ് പരിശോധിക്കുന്നത്.

കരുതൽ മൂലധനം

ഉൽപ്പാദനപ്രക്രിയയും പരിക്രമണപ്രക്രിയയും സുഗമമായി നടക്കണമെങ്കിൽ മുതലാളിയുടെ കയ്യിൽ എല്ലായ്പ്പോഴും ഒരു കരുതൽ ഫണ്ട് ഉണ്ടായിരിക്കണം. എന്തുകൊണ്ടെന്നാൽ ഉൽപ്പാദനപ്രക്രിയ ഒരുവട്ടമെത്തി, രണ്ടാംവട്ടവും, അതുകഴിഞ്ഞ് മൂന്നാം വട്ടവും, ആ നിലയ്ക്ക് അനുസ്യൂതമായി ഉൽപ്പാദനവും അവയിൽനിന്നെല്ലാം കിട്ടുന്ന മൊത്തം ഉൽപ്പന്നവും പണമാക്കി വീണ്ടും ഉൽപ്പാദനത്തിന് നിക്ഷേപിക്കണമെങ്കിൽ നീണ്ടതോ ചുരുങ്ങിയതോ ആയ ഇടവേളവരും. ആ ഇടവേളകളിൽ മുടക്കം കൂടാതെ ഉൽപ്പാദനം നടക്കണമെങ്കിൽ ഉൽപ്പാദനപ്രക്രിയയുടെ ഓരോഘട്ടവും കഴിയുമ്പോൾ മുൻഘട്ടത്തിലുണ്ടായ ഉൽപ്പന്നത്തിന്റെ വിലകിട്ടുന്നതിനുമുമ്പുതന്നെ പണം ഇറക്കേണ്ടിവരും. അതായത് ഉൽപ്പാദനപ്രക്രിയയുടെ ഒരു പ്രത്യേക ഘട്ടത്തിൽ നിക്ഷേപിക്കാനാവശ്യമുള്ളതിനേക്കാൾ കൂടുതൽ സംഖ്യ മുതലാളിയുടെ കയ്യിൽ എല്ലായ്പോഴും ഉണ്ടായിരിക്കണം.

നിശ്ചിതമൂലധനത്തിന്റെ കാര്യത്തിൽ ഇത് വിശേഷിച്ചും പ്രസക്തമാണ്. എന്തുകൊണ്ടെന്നാൽ, നിശ്ചിതമൂലധനം പ്രതിനിധാനം ചെയ്യുന്ന കെട്ടിടം, യന്ത്രോപകരണങ്ങൾ മുതലായ ജംഗമസ്വത്തുക്കളുടെ തേയ്മാനം വരുന്ന ഒരു ചെറിയ സംഖ്യ മാത്രമേ ഒരേ ഉൽപ്പാദനപ്രക്രിയയിലും ചെലവാക്കപ്പെടുന്നുള്ളൂ. അത് മുതലാളിയുടെ കണക്കുപുസ്തകങ്ങളിൽ 'തേയ്മാനഫണ്ട്' എന്ന പേരിൽ പ്രത്യേകം സൂക്ഷിച്ചിരിക്കും. പക്ഷേ യഥാർഥത്തിലുള്ള തേയ്മാനം പൂർത്തിയായി ജംഗമസ്വത്തുക്കൾ പുതുക്കിപ്പണിയുകയോ പുതിയതുവാങ്ങുകയോ ചെയ്യുന്നതിന് വർഷങ്ങളോ പതിറ്റാണ്ടുകൾ തന്നെയോ കഴിയേണ്ടിവരും. പുതുക്കിപ്പണിയലോ പുതിയതു വാങ്ങുകയോ ചെയ്യേണ്ടഘട്ടം വരുമ്പോൾ അതേവരെ സൂക്ഷിച്ചിരുന്ന തേയ്മാനഫണ്ട് അതിനായി ഉപയോഗിക്കും.

പരിക്രമണ മൂലധനത്തിൽപ്പെട്ട അസംസ്കൃതപദാർഥങ്ങളാകട്ടെ ഓരോ തവണത്തേയും ഉൽപ്പാദനപ്രക്രിയയിൽ മുഴുവനായിത്തന്നെ പങ്കുകൊള്ളുന്നു. ഉൽപ്പാദനപ്രക്രിയയെ തുടർന്ന് പരിക്രമണം തുടങ്ങുമ്പോൾ ആദ്യത്തെ ഉൽപ്പാദനത്തിൽ സൃഷ്ടിക്കപ്പെട്ട മൊത്തം ഉൽപ്പന്നം വിറ്റുകഴിഞ്ഞാലുടനെ അതിന്റെ വില മുതലാളിക്ക് തിരിച്ചു കിട്ടും. പക്ഷേ അത് വിറ്റുകിട്ടാൻതന്നെ സമയമെടുക്കും. കൂടാതെ അത് കിട്ടിയാൽതന്നെ അസംസ്കൃതപദാർഥങ്ങൾ ഉപയോഗിക്കാൻ കഴിയണമെങ്കിൽ പുതിയൊരു വട്ടം ഉൽപ്പാദനം തുടങ്ങാനാവശ്യമായ അസംസ്കൃതപദാർഥങ്ങൾ മുതലാളിയുടെ കൈയിലുണ്ടാവണം. അതുപയോഗിച്ച് ഉൽപ്പാദനം നടത്തികിട്ടുന്ന ഉല്പന്നം വിറ്റാൽ മാത്രമെ അസംസ്കൃതപദാർഥങ്ങൾ പുതിയതായി മുതലാളിയുടെ കയ്യിലുണ്ടാവുകയുള്ളൂ. അതുകൊണ്ടുണ്ടാവുന്ന ഇടവേള ഒഴിവാക്കുന്നതിന് അസംസ്കൃതപദാർഥങ്ങളുടെ സ്റ്റോക്ക് മുതലാളിയുടെ കയ്യിലുണ്ടാവണം.

ചുരുക്കത്തിൽ നിശ്ചിതമൂലധനം പ്രതിനിധാനം ചെയ്യുന്ന കെട്ടിടം, യന്ത്രോപകരണങ്ങൾ മുതലായ സ്ഥാവരസ്വത്തുക്കൾ പുതുക്കാനും അസംസ്കൃതപദാർഥങ്ങൾ സദാ സ്റ്റോക്കിലുണ്ടാവാനും ആവശ്യമുള്ള മൂലധനം പണത്തിന്റെ രൂപത്തിൽ മുതലാളിയുടെ കയ്യിൽ സദാ ഉണ്ടാവണം. ഇതിനെയാണ് ബൂർഷ്വാ അർഥശാസ്ത്രകാരന്മാരെപ്പോലെ മാർക്സും 'കരുതൽ മൂലധനം' എന്ന് വിളിക്കുന്നത്.

നേരത്തെ നിർവഹിച്ച 'നിശ്ചിതമൂലധന'ത്തിലും 'പരിക്രമണ മൂലധന'ത്തിലും ഇവിടെ നിർവഹിച്ച കരുതൽ മൂലധനം കൂടി ഉൾപ്പെടുന്നു. അതായത്, ഓരോ വട്ടവും ഉൽപ്പാദനം നടക്കുമ്പോൾ അതിനുവേണ്ടി ഉപയോഗിക്കുന്ന പരിക്രമണമൂലധനമോ നിശ്ചിത മൂലധനത്തിന്റെ തേയ്മാനമോ മാത്രം മുതലാളിയുടെ കയ്യിലുണ്ടായാൽപോര. അനുസ്യൂതം നടക്കുന്ന ഉൽപ്പാദനപ്രക്രിയക്ക് 'കരുതൽ മൂലധനം' എന്ന് വിളിക്കപ്പെടുന്നതും ആവശ്യമനുസരിച്ച് ഉപയോഗിക്കാവുന്നതുമായ ഒരു ഫണ്ട് ഉണ്ടാവണം. അതില്ലെങ്കിൽ ഉൽപ്പാദനവും പരിക്രമണവും തടസമില്ലാതെ അനുസ്യൂതം നടക്കുകയില്ല.

മൊത്തം സാമൂഹ്യമൂലധനം

'കരുതൽമൂലധന'മടക്കം 'നിശ്ചിതമൂലധന'വും 'പരിക്രമണ മൂലധന'വും എങ്ങനെ പ്രവർത്തിക്കുന്നുവെന്നതിന്റെ സാങ്കേതികമായ വിശദീകരണത്തിനുശേഷം മാർക്സ് ചെന്നെത്തുന്ന ആശയമാണ് 'മൊത്തം സാമൂഹ്യമൂലധന'ത്തിന്റേത്.

വ്യക്തിയായ മുതലാളിയും വ്യക്തിയായ തൊഴിലാളിയും തമ്മിലുള്ള ഇടപാടിൽനിന്നാണല്ലോ മിച്ചമൂല്യമുണ്ടാവുന്നത്; അതുണ്ടാക്കുന്ന മൂലധനത്തെയാണ് സ്ഥിരവും അസ്ഥിരവുമെന്ന രണ്ടിനങ്ങളിലായി ഒന്നാംവാല്യത്തിൽ തിരിച്ചിട്ടുള്ളത്. രണ്ടാംവാല്യത്തിലാകട്ടെ, ഉൽപ്പാദനപ്രക്രിയ സംഘടിപ്പിക്കുന്ന വ്യവസായ മുതലാളി അയാൾക്കാവശ്യമുള്ള ചരക്കുകൾ എത്തിച്ചുകൊടുക്കുകയും അയാൾ മുൻനിന്ന് ഉൽപ്പാദിപ്പിക്കുന്ന ചരക്കുകൾ വിറ്റഴിക്കുകയും ചെയ്യുന്ന വ്യാപാരമുതലാളി, വ്യവസായമുതലാളിക്കും വ്യാപാരമുതലാളിക്കും കടംകൊടുക്കുന്ന പണമിടപാടുകാരും ബാങ്കർമാരും മുതലായി വിവിധ വിഭാഗങ്ങളിൽപെട്ട മുതലാളിമാർ തമ്മിലുള്ള വ്യാപാരബന്ധം പരിശോധിക്കുന്നു. അതിൽനിന്നാണ് നിശ്ചിതമൂലധനവും പരിക്രമണ മൂലധനവുമെന്ന ആശയങ്ങൾ രൂപം കൊണ്ടത്.

ഈ വിശദീകരണത്തിനുശേഷമാണ് 'മൊത്തം സാമൂഹ്യമൂലധന'മെന്ന ആശയത്തിന് മാർക്സ് രൂപം നൽകുന്നത്. വ്യക്തിയായ മുതലാളിക്കും വ്യക്തിയായ തൊഴിലാളിക്കും പകരം മുതലാളി വർഗവും തൊഴിലാളി വർഗവും തമ്മിലുള്ള ബന്ധം പരിശോധനാവിധേയമാകുന്നു. അതിന്റെ ചട്ടക്കൂടിലാണ് രണ്ടാം വാല്യത്തിന്റെ ഒന്നാംഭാഗത്തുള്ള ആറധ്യായങ്ങളിൽ 'മൂലധനത്തിന്റെ രൂപപരിണാമങ്ങളും പരിഭ്രമണങ്ങളും' മാർക്സ് പരിശോധിക്കുന്നത്. അതുകഴിഞ്ഞ് രണ്ടാംവാല്യത്തിന്റെ രണ്ടാംഭാഗത്തുള്ള 11 അധ്യായങ്ങളിൽ 'മൂലധനത്തിന്റെ ടേൺ ഓവർ' – അതായത് മൂലധനോൽപ്പാദനത്തിൽ നിന്നുതുടങ്ങി മൂലധനപരിക്രമണത്തിലൂടെ സദാ പുനർജീവിക്കുകയും പെരുകു

കയും ചെയ്യുക എന്ന പ്രക്രിയ – മാർക്സ് പരിശോധിക്കുന്നത്. പണരൂപത്തിൽ തുടങ്ങുന്ന മൂലധനം പെരുകിയ മൂലധനത്തിന്റെ രൂപം കൈകൊള്ളുകയും ചരക്കിന്റെ രൂപത്തിൽ തുടങ്ങിയ മൂലധനം പെരുകിയ ചരക്കായി മാറുകയും ചെയ്യുന്നതിന്റെ വിശദവും സാങ്കേതികവുമായ വിവരണമാണ് രണ്ടാംവാല്യത്തിലെ രണ്ടാംഭാഗം.

ഉൽപ്പാദനത്തിലും പരിക്രമണത്തിലും അനുസ്യൂതം നടക്കുന്ന ഈ പ്രക്രിയയിൽ വ്യക്തിയായ തൊഴിലാളിയും വ്യക്തിയായ മുതലാളിയും വ്യവസായ–വ്യാപാരാദി മേഖലകളിലെ വ്യക്തികളും ഈ വിധത്തിൽ മുതലാളിവർഗത്തിന്റെയും തൊഴിലാളിവർഗത്തിന്റെയും പ്രതിനിധികളാണ്. അതുകൊണ്ടുതന്നെ ഉൽപ്പാദനവും പരിക്രമണവും അനുസ്യൂതമായി തുടർന്നുപോരുന്ന സമൂഹത്തിലെ മൂലധനത്തിനും സാമൂഹ്യതയുടേതായ മൊത്തം സ്വഭാവമുണ്ട്.

വ്യക്തിയായ തൊഴിലാളി വ്യക്തിയായ മുതലാളിയുടെ ചൂഷണത്തിനിരയാവുന്നതുതന്നെ മുതലാളിവർഗം തൊഴിലാളിവർഗത്തെ ചൂഷണം ചെയ്യുന്നതിന്റെ പ്രായോഗിക രൂപമാണ്. ചൂഷണ ഫലമായ മിച്ചമൂല്യം അന്യോന്യം പങ്കുവയ്ക്കുന്നതാകട്ടെ മുതലാളിവർഗത്തിന്റെ വിവിധ വിഭാഗങ്ങളായ വ്യവസായി, വ്യാപാരി, പണമിടപാടുകാരൻ, ഭൂപ്രഭു മുതലായ ഒരേ വർഗത്തിന്റെ വിവിധ ഭാഗങ്ങളാണ്. മുതലാളിവർഗമാകെയാണ്, തൊഴിലാളിവർഗത്തെയാകെയാണ്, മിച്ചമൂല്യം തട്ടിയെടുക്കുന്നതിന്റെ രൂപത്തിൽ ചൂഷണ വിധേയമാക്കുന്നത്. പണിയെടുക്കുന്നവരുടെ വർഗബോധം വളർത്താൻ ഒന്നാംവാല്യത്തിലെ ഉൽപ്പാദനപ്രക്രിയാപരിശോധന എന്നപോലെ രണ്ടാംവാല്യത്തിലെ പരിക്രമണപ്രക്രിയയുടെ വിശദീകരണവും സഹായിക്കുന്നു.

ഇവിടെ എടുത്തുപറയേണ്ട ഒരു കാര്യമുണ്ട്: 'മൊത്തം സാമൂഹ്യമൂലധന'മെന്ന് മാർക്സ് പറയുമ്പോൾ അദ്ദേഹം പ്രത്യക്ഷമായി ഉദ്ദേശിക്കുന്നത് ഒരു രാജ്യത്തുള്ള ചൂഷക – ചൂഷിത വിഭാഗങ്ങൾ തമ്മിലുള്ള ബന്ധമാണ്. എന്നാൽ അതിനകത്തുതന്നെ വിവിധ രാജ്യങ്ങളിലെ ചൂഷകരും ചൂഷിതരും തമ്മിലുള്ള ബന്ധവും ഉൾപ്പെട്ടിരിക്കുന്നു. മാർക്സിന്റെ *മൂലധന* രചനയ്ക്കുമുമ്പുതന്നെ മാർക്സും എംഗൽസുംകൂടി രചിച്ച *കമ്യൂണിസ്റ്റ് മാനിഫെസ്റ്റോ*വിൽ മുതലാളിത്തത്തിന്റെയും തൊഴിലാളിവർഗത്തിന്റെയും സാർവദേശീയ സ്വഭാവം എടുത്തുപറഞ്ഞിട്ടുണ്ട്. ഒരു പ്രത്യേക രാജ്യത്ത് രൂപംകൊള്ളുന്ന മുതലാളിത്തം മറ്റെല്ലാ രാജ്യങ്ങളിലേക്കും വ്യാപിക്കുന്നതിന്റെ സൂചന *മാനിഫെസ്റ്റോ*വിൽതന്നെയുണ്ട്. അതുകൊണ്ടാണ് ലോകത്തെങ്ങുമുള്ള തൊഴിലാളികളോട് യോജിച്ചുനിന്നു പോരാടാനുള്ള ആഹ്വാനത്തോടെ *മാനിഫെസ്റ്റോ* അവസാനിക്കുന്നത്.

*മൂലധന*ത്തിന്റെ ഒന്നാംവാല്യത്തിന്റെ അവസാന ഭാഗത്തുതന്നെ മൂലധനത്തിന്റെ ഉൽപ്പത്തിയിൽ യൂറോപ്യൻ കോയ്മകൾ മറ്റു ഭൂഖണ്ഡങ്ങളിലെ ബഹുജനങ്ങളെ കൊള്ളയടിക്കുന്നത് വിവരിക്കുക മാത്രമല്ല, വികസിത മുതലാളിത്ത രാജ്യങ്ങളിലെ മൂലധന സംഭരണത്തിൽ ഈ കൊള്ളയ്ക്കുള്ള ചരിത്രപരമായ പങ്കും എടുത്തു കാണിച്ചി

ട്ടുണ്ട്. ബ്രിട്ടണിലെ മുതലാളിത്ത വളർച്ചയിൽ ഇന്ത്യയെപ്പോലുള്ള അധീനരാജ്യങ്ങളെ കൊള്ളയടിച്ചു കൈവശപ്പെടുത്തിയ പണത്തിന് നിർണായക പ്രാധാന്യമുണ്ടെന്ന് *മൂലധന*ത്തിൽ മാർക്സ് തന്നെ ചൂണ്ടിക്കാണിച്ചിട്ടുണ്ട്. നമ്മുടെ രാജ്യത്തെ ആദ്യകാല അർഥശാസ്ത്രകാരന്മാരും ബ്രിട്ടന്റെ മുതലാളിത്ത വളർച്ചയിൽ ഇന്ത്യയിലെ ജനകോടികൾ സഹിച്ച കൊള്ളയുടെ ചിത്രം വരച്ചുകാട്ടിയിട്ടുണ്ട്.

പക്ഷേ മാർക്സ് *മൂലധന*മെഴുതുമ്പോൾ 'മൊത്തം സാമൂഹ്യമൂലധനം' എന്ന പദം പ്രയോഗിച്ചത് ഓരോ രാജ്യത്തെയും മൊത്തം സാമൂഹ്യമൂലധനം എന്ന അർഥത്തിലാണ്. മൂലധനമെന്ന പൊതുപ്രതിഭാസത്തിന്റെ നിഷ്കൃഷ്ടമായ പരിശോധനയിൽ അന്നത്തെ ലോക സാഹചര്യത്തിൽ ഓരോ രാജ്യത്തെയും പ്രത്യേകമായെടുക്കുന്നതാണ് ശരിയെന്ന് തോന്നി. അതിന് പശ്ചാത്തലമായി ലോകമുതലാളിത്തമെന്ന ആഗോളപ്രതിഭാസം *മാനിഫെസ്റ്റോ*വിലെന്നപോലെ *മൂലധന*ത്തിലും പരാമർശിച്ചിരുന്നുവെന്നുമാത്രം.

ഈ മാർക്സിസ്റ്റ് ആശയം വികസിപ്പിച്ചെടുത്തത് ലെനിനാണ്. *മൂലധന*ത്തിന്റെ ഒന്നാംവാല്യം പ്രസിദ്ധീകരിച്ച് അരനൂറ്റാണ്ടായപ്പോഴേക്ക് ലോകമുതലാളിത്തത്തിന്റെ ചരിത്രത്തിൽ ഉണ്ടായ സംഭവവികാസങ്ങളെ വിശകലനം ചെയ്ത് *സാമ്രാജ്യത്വം: മുതലാളിത്തത്തിന്റെ അവസാനദശ* എന്ന ഗ്രന്ഥം ലെനിൻ എഴുതി പ്രസിദ്ധീകരിച്ചു. മാർക്സ് രചിച്ചതെങ്കിലും മാർക്സും എംഗൽസും കൂടി പൂർത്തിയാക്കിയ *മൂലധന*ത്തിന്റെ പരിഷ്കരിച്ച പുത്തൻ പതിപ്പായിരുന്നു ലെനിന്റെ *സാമ്രാജ്യത്വം.* മുതലാളിത്ത കോയ്മകളിൽതന്നെ അന്യോന്യം സായുധമായ ഏറ്റുമുട്ടലുകളിൽ കൂടി ആഗോള തൊഴിലാളിവർഗ വിപ്ലവത്തിന് നിലമൊരുക്കുകയാണ് ചെയ്യുന്നതെന്ന് ലെനിൻ ചൂണ്ടിക്കാണിച്ചു.

ലെനിൻ അന്തരിച്ചിട്ട് ഏഴ് പതിറ്റാണ്ടിലേറെയായിരിക്കുന്നു. അദ്ദേഹത്തിന്റെ നേതൃത്വത്തിൽ രൂപംപൂണ്ട ആഗോള തൊഴിലാളി വർഗ വിപ്ലവപ്രസ്ഥാനം അത്യുജ്ജ്വലമായ വിജയങ്ങളെന്നപോലെ ദയനീയമായ പരാജയങ്ങളും വരിച്ചു. രണ്ടിൽ നിന്നും പാഠംപഠിച്ചു. ഇന്നത്തെ ആഗോളതൊഴിലാളിവർഗപ്രസ്ഥാനം മാർക്സിസം – ലെനിനിസത്തെ നവീകരിച്ചുകൊണ്ടിരിക്കുകയാണ്. പക്ഷേ ആ നവീകരണത്തിനുതന്നെ അടിത്തറ മാർക്സിന്റെ *മൂലധന*വും അതിന്റെ വികസിതരൂപമായ ലെനിന്റെ *സാമ്രാജ്യത്വ*വുമാണ്.

മാർക്സിസം – ലെനിനിസത്തിന്റെ ഈ മൗലികവീക്ഷണം സ്വായത്തമാക്കാനാഗ്രഹിക്കുന്നവർ *മൂലധനം* ഒന്നും രണ്ടും വാല്യങ്ങളുടെ പഠനത്തിൽ ഒതുങ്ങിനിൽക്കാതെ മൂന്നാംവാല്യത്തിന്റെ പഠനത്തിലേക്ക് മുന്നേറണം. മൂന്ന് വാല്യങ്ങളും സ്വായത്തമാക്കിയാൽ മാത്രമെ മുതലാളിത്തത്തിന്റെ അനിവാര്യമായ നാശവും സോഷ്യലിസത്തിന്റെ അനിവാര്യമായ ഉയർച്ചയും സംബന്ധിച്ച് വ്യക്തമായ ധാരണ നമുക്കുണ്ടാവുകയുള്ളൂ.

സാമൂഹ്യമൂലധനത്തിന്റെ രണ്ട് വകുപ്പുകളും അവ തമ്മിലുള്ള വിനിമയവും ആനുകാലിക സാമ്പത്തികക്കുഴപ്പം

ഉൽപ്പാദനോപകരണങ്ങൾ നിർമിക്കുന്നതും ഉപഭോഗച്ചരക്കുകൾ നിർമിക്കുന്നതുമെന്ന രണ്ട് വിഭാഗങ്ങൾ സാമൂഹ്യമൂലധനത്തിന് ഉണ്ടെന്ന അതിപ്രധാനമായ ഒരു വസ്തുതയിലേക്ക് മാർക്സ് വായനക്കാരുടെ ശ്രദ്ധ തിരിക്കുന്നു. അവ തമ്മിലുള്ള ഇടപാടുകളുടെ ഫലമായാണ് മുതലാളിത്തത്തിന്റെ പുരോഗതിയിൽ ആനുകാലിക സാമ്പത്തികകുഴപ്പങ്ങൾ ഉണ്ടാവുന്നതെന്നും മാർക്സ് കണ്ടുപിടിച്ചു.

മുതലാളിത്തോൽപ്പാദനത്തിന് ആവശ്യമായ അസംസ്കൃത പദാർഥങ്ങൾ നിർമിക്കുന്നത് കൃഷിയാണല്ലൊ. അതുപോലെ യന്ത്രോപകരണങ്ങൾ, മറ്റ് സഹായകസാമഗ്രികൾ എന്നിവയും വ്യവസായരംഗത്ത് ഉൽപ്പാദനത്തിനാവശ്യമാണ്. ഈ രണ്ടുമടക്കം ഒട്ടേറെ ഉൽപ്പാദനമേഖലകളെ 'ഒന്നാം വകു'പ്പെന്ന് മാർക്സ് വിളിക്കുന്നു. ആ വകുപ്പിൽപെട്ട കൃഷിയിലും വ്യവസായങ്ങളിലും ഉൽപ്പാദിപ്പിക്കുന്ന ചരക്കുകൾ ഉപയോഗിക്കുന്നത് 'രണ്ടാം വകു'പ്പെന്ന് മാർക്സ് വിളിക്കുന്ന ഉപഭോഗച്ചരക്ക് നിർമാണമേഖലയിലാണ്.

'ഒന്നാം വകു'പ്പിന്റെ ഉൽപ്പന്നങ്ങളാണ് 'രണ്ടാം വകു'പ്പിലെ ഉപഭോഗച്ചരക്കുകൾ. 'രണ്ടാം വകു'പ്പിൽ ഉൽപ്പാദിപ്പിക്കപ്പെടുന്ന അധ്വാനശക്തിയുടെ വില (കൂലി)യും മിച്ചമൂല്യ (ലാഭ)വും രണ്ടാം വകുപ്പിലെ ഉപഭോഗത്തിനാവശ്യമാണ്. അങ്ങനെ ഇരുവകുപ്പുകളിലേയും മൊത്തോൽപ്പന്നം അന്യോന്യം കൈമാറുന്ന പ്രക്രിയ മാർക്സ് വിശദമായി പരിശോധിക്കുന്നു. ഈ പരിശോധനയിൽ നിന്ന് മാർക്സ് ചെന്നെത്തുന്ന നിഗമനമാണ് ആനുകാലിക സാമ്പത്തികക്കുഴപ്പത്തിന്റേത്.

ഇരുവകുപ്പുകളിലും ഇറക്കുന്ന സ്ഥിര മൂലധനവും അസ്ഥിര മൂലധനവും ഉൽപ്പാദനപ്രക്രിയയുടെ ഓരോ വട്ടമെത്തുമ്പോഴും പുനരുൽപ്പാദിപ്പിക്കപ്പെടുന്നു. പക്ഷേ സ്ഥിരാസ്ഥിര മൂലധനങ്ങൾക്കുപുറമെ നിശ്ചിത മൂലധനവും പരിക്രമണമൂലധനവുമെന്ന ഒരു വിഭജനം കൂടി

യുണ്ടല്ലോ. അതിലെ നിശ്ചിത മൂലധനം ഉൽപ്പാദന പ്രക്രിയയുടെ ഓരോ വട്ടവും എത്തുമ്പോൾ പുനരുൽപ്പാദിപ്പിക്കപ്പെടുന്നില്ല. അതിന്റെ വില 'തേയ്മാന'മായി മുതലാളിയുടെ കണക്കുപുസ്തകത്തിൽ സ്ഥലംപിടിക്കുകയാണ് ചെയ്യുന്നത്. ഈ നിശ്ചിതമൂലധനത്തിൽ ഒരു പ്രധാനഭാഗം (യന്ത്രോപകരണങ്ങൾ) പുനരുൽപ്പാദിപ്പിക്കപ്പെടുന്നത് ഏതാനും വർഷങ്ങൾക്കുശേഷമാണ്.

അങ്ങനെ യന്ത്രോപകരണങ്ങളുടെ പുനരുൽപ്പാദനം നടക്കുമ്പോൾ യന്ത്രോപകരണങ്ങൾ നിർമിക്കുന്ന 'ഒന്നാംവകുപ്പ്' സജീവമാവും. ആ വകുപ്പിൽ കൂടുതൽ കൂടുതൽ തൊഴിലാളികളെ ആവശ്യമാണ്; അസംസ്കൃതപദാർഥങ്ങളടക്കമുള്ള മറ്റ് ഉൽപ്പാദനസാമഗ്രികളും കൂടുതൽ ആവശ്യമുണ്ട്. പൊതുവിൽ സമൂഹത്തിൽ ഉൽപ്പാദന പ്രക്രിയ ഊർജിതമായി നടക്കുന്നു.

അതിന്റെ ഫലമായി 'രണ്ടാംവകു'പ്പിൽ ഉൽപ്പാദിപ്പിക്കുന്ന ഉപഭോഗച്ചരക്കുകളുടെ ആവശ്യം വർധിക്കുന്നു. ആ വകുപ്പിലെ ഉൽപ്പാദനവും പെരുകുന്നു. ചുരുക്കത്തിൽ, ഇരുവകുപ്പുകളും ഉൾക്കൊള്ളുന്ന സാമൂഹ്യോൽപ്പാദനമേഖല സജീവമാകുന്നു. മുതലാളിത്ത സമൂഹമാകെ ഐശ്വര്യപൂർണമാകുന്നു. പക്ഷേ ഇത് അധികംകാലം നിൽക്കുകയില്ല. യന്ത്രോപകരണങ്ങളുടെ നവീകരണം കഴിഞ്ഞാൽ ഒന്നാം വകുപ്പിലെ ഉൽപ്പാദനം കുറയുന്നു. അതിൽ പണിയെടുക്കുന്ന തൊഴിലാളികളുടെ ഉപഭോഗത്തിനാവശ്യമായ ഭക്ഷ്യമടക്കമുള്ള നിത്യോപയോഗ സാധനങ്ങളുടെ ആവശ്യം കുറയുന്നു. ഇത് രണ്ടാം വകുപ്പിനെ ഒരു പ്രതിസന്ധിയിലെത്തിക്കുന്നു. തൊഴിലാളികളുടെ എണ്ണം കുറയുക, അവർ തമ്മിലുള്ള മത്സരം വർധിക്കുക മുതലായ പ്രതിഭാസങ്ങൾ പ്രകടമാവുന്നു. മുതലാളിത്ത സമൂഹമാകെ രൂക്ഷമായ ഒരു പ്രതിസന്ധിയിലെത്തുന്നു.

പക്ഷേ ഈ ഘട്ടവും അധികംനാൾ നിൽക്കുകയില്ല, യന്ത്രോപകരണങ്ങളുടെ പുതുക്കൽ വീണ്ടും ആവശ്യമായിവരുന്നു. അവ നിർമിക്കുന്ന 'ഒന്നാംവകുപ്പ്' വീണ്ടും ഐശ്വര്യത്തിന്റെ പാതയിലെത്തുന്നു. അതിന്റെ അല 'രണ്ടാംവകു'പ്പിലും അടിക്കുന്നു. അവിടെയും കൂടുതൽ തൊഴിലാളികൾ ആവശ്യമായിവരുന്നു. അവയുടെ ഭക്ഷണം മുതലായ ജീവിതാവശ്യങ്ങൾ നിറവേറ്റാൻ ചുമതലപ്പെട്ട 'ഒന്നാം വകുപ്പ്' വീണ്ടും സജീവമാവുന്നു. കൂടുതൽ തൊഴിലാളികൾ ജോലിയിൽ കയറുന്നു. അവരുടെ ഭക്ഷണം മുതലായ ആവശ്യങ്ങൾ നിറവേറ്റുന്നതിന് 'രണ്ടാം വകു'പ്പിലെ ഉൽപ്പന്നങ്ങൾ ആവശ്യമായിവരുന്നു. ആ വകുപ്പ് കൂടുതൽ സജീവമാകുന്നുവെന്നർഥം. അങ്ങനെ മുതലാളിത്ത സമൂഹമാകെ വീണ്ടും ഐശ്വര്യത്തിലേക്ക് നീങ്ങുന്നു.

ഇതൊരു ചാക്രിക പ്രക്രിയയാണ്. ഐശ്വര്യം, മാന്ദ്യം, പ്രതിസന്ധി എന്ന മൂന്ന് ഉപഘട്ടങ്ങൾ ഉൾക്കൊള്ളുന്ന ഓരോ ഉൽപ്പാദനച

ക്രമായാണ് മുതലാളിത്തം വളരുന്നത്. ആ ഓരോ ചക്രവും തുടങ്ങുമ്പോൾ ഉള്ളതിനേക്കാൾ കൂടുതൽ മൂലധനം മുതലാളിവർഗത്തിന്റെ കയ്യിലുണ്ടാവുന്നു. നേരെമറിച്ച്, സമൂഹത്തിലാകെയുള്ള തൊഴിലില്ലാപ്പട്ടാളത്തിന്റെ എണ്ണം പെരുകുന്നു. ഈ ചാക്രിക പ്രക്രിയ മൊത്തത്തിൽ നടക്കുമ്പോൾതന്നെ അതിന്റെ ഭാഗമായി പതിപ്പത്തുകൊല്ലത്തിലൊരിക്കൽ – യന്ത്രോപകരണങ്ങളുടെ രൂപത്തിലുള്ള നിശ്ചിതമൂലധനം ഒരുതവണ പുതുക്കിപ്പണിത് രണ്ടാമത്തെ പുതുക്കിപ്പണി തുടങ്ങുന്നതുവരെ – ഐശ്വര്യത്തിന്റെയും മാന്ദ്യത്തിന്റെയും ഉപഘട്ടം കടന്ന് മുതലാളിത്ത സമൂഹം സാമ്പത്തിക പ്രതിസന്ധിയിലെത്തുന്നു.

അതായത് പതിപ്പത്തുവർഷത്തിലൊരിക്കൽ ഐശ്വര്യം, മാന്ദ്യം, പ്രതിസന്ധി എന്ന മൂന്ന് ഘട്ടങ്ങൾ കടന്നുപോകുന്നത് മുതലാളിത്ത വളർച്ചയുടെ അനിവാര്യമായ സ്വഭാവമാണ്. ആനുകാലികമായി മുതലാളിത്ത സമൂഹത്തിൽ സാമ്പത്തിക പ്രതിസന്ധി പ്രത്യക്ഷപ്പെടുക, അതിന് താൽക്കാലികമായ പരിഹാരമുണ്ടാവുക, പക്ഷേ വീണ്ടും യന്ത്രോപകരണങ്ങൾ പുതുക്കിപ്പണിയേണ്ടിവരിക ഐശ്വര്യത്തിന്റെ കാലം തുടങ്ങുക – ഇത് മുതലാളിത്തത്തിന്റെ അനിവാര്യനിയമമാണ്.

ഈ പ്രക്രിയകൊണ്ട് മുതലാളിത്തം തനിയെ തകരുകയില്ല. എന്തുകൊണ്ടെന്നാൽ ഓരോ പ്രതിസന്ധിയിൽനിന്നും മുതലാളിത്ത സമൂഹത്തിന് കരകയറാൻ കഴിയും. പക്ഷേ വീണ്ടും പ്രതിസന്ധിയെന്ന പ്രതിഭാസത്തിൽ നിന്ന് മുതലാളിത്തത്തിന് ഒഴിഞ്ഞുമാറാനാവില്ല. ഈ അലംഘനീയ നിയമം കണ്ടുപിടിച്ചതാണ് *മൂലധന*ത്തിന്റെ രണ്ടാംവാള്യം നൽകുന്ന സംഭാവന.

മുതലാളിത്തസമൂഹത്തെയാകെ കടപുഴക്കിയെറിയുന്ന പ്രതിസന്ധിയല്ല ഇത്. ആ പ്രതിസന്ധിയുടെ വിവിധ വശങ്ങൾ മൂന്നാം വാള്യത്തിലാണ് മാർക്സ് പരിശോധിക്കുന്നത്. ആ പരിശോധനതന്നെ കുറെക്കൂടി മുമ്പോട്ടുകൊണ്ടുപോവുകയാണ് ലെനിൻ *സാമ്രാജ്യാധിപത്യ*മെന്ന ഗ്രന്ഥത്തിലൂടെ ചെയ്തത്. ലെനിന്റെ അപഗ്രഥനത്തെത്തന്നെ കൂടുതൽ സമ്പൂർണമാക്കാൻ അനന്തരകാല മാർക്സിസ്റ്റ് – ലെനിനിസ്റ്റുകാരും ശ്രമിച്ചു. അതിന്റെ എല്ലാം തുടർച്ചയാണ് ആഗോള സോഷ്യലിസത്തിലേക്കുള്ള പരിവർത്തനത്തെ സംബന്ധിച്ച് ഇന്നത്തെ മാർക്സിസ്റ്റ് – ലെനിനിസ്റ്റുകാർ നടത്തുന്ന വിലയിരുത്തലുകൾ.

മൂന്നാം വാല്യം

മുതലാളിത്ത പ്രക്രിയ മൊത്തത്തിൽ

'മുടക്കുവില'യും 'ലാഭ'വും

ഒന്നാം വാല്യത്തിൽ ചരക്കിന്റെ വിശകലനത്തിൽ തുടങ്ങി, അധ്വാന ശക്തി ഒരു ചരക്കെന്ന നിലയിൽ വിൽക്കുകയും വാങ്ങുകയും ഉപയോഗിക്കുകയും ചെയ്യുന്നതിന്റെ ഫലമായി 'മിച്ചമൂല്യ'മുണ്ടാവുന്നതിന്റെ കഥയാണല്ലോ പറഞ്ഞത്. 'മിച്ചമൂല്യോ'ൽപ്പാദനമെന്ന പ്രക്രിയ അനുസ്യൂതം തുടരുന്നതിന്റെ ഫലമായി ഒരു വശത്ത് കൂറ്റൻ കുത്തകമൂലധനവും മറുവശത്ത് സദാ വർധിച്ചുവരുന്ന തൊഴിലില്ലാപ്പട്ടാളവും ഉണ്ടാവുന്നത് ആ വാല്യത്തിൽ വിശകലനം ചെയ്തു. ഈ പ്രക്രിയയുടെ അന്തിമഫലം ചൂഷകവർഗത്തിന്റെ അധികാരഭ്രംശവും സമത്വപൂർണമായ ഒരു പുത്തൻ സമൂഹത്തിന്റെ ഉദ്ഭവവുമാണെന്ന നിഗമനത്തിൽ മാർക്സ് ചെന്നെത്തി.

രണ്ടാംവാല്യത്തിലാകട്ടെ, പണത്തിന്റെ രൂപത്തിലുള്ള മൂലധനം ചരക്കിന്റെ രൂപം കൈക്കൊള്ളുക, ചരക്കുകളിലൊന്നായ അധ്വാന ശക്തി മറ്റൊന്നായ അധ്വാനോപകരണങ്ങളോട് ചേർന്ന് ഉൽപ്പാദക മൂലധനത്തിന്റെ രൂപംകൊള്ളുക, അതിന്റെ പ്രവർത്തനഫലമായി 'മിച്ച മൂല്യ'മുളവാകുക – ഈ പ്രക്രിയയിൽ നിന്നുളവാകുന്ന പുതിയ ഉൽപ്പന്നം പണമൂലധനത്തിന്റെയും ചരക്കുമൂലധനത്തിന്റെയും ഉൽപ്പാദകമൂലധനത്തിന്റെയും രൂപം കൈക്കൊള്ളുന്നു എന്ന അർഥത്തിൽ മൂലധനത്തിന്റെ പരിക്രമണ പ്രക്രിയയാണ് വിവരിച്ചത്.

അതിന്റെ ഫലമായിട്ടാകട്ടെ 'നിശ്ചിതമൂലധനം', 'പരിക്രമണ മൂലധനം' 'കരുതൽ മൂലധനം' എന്നെല്ലാമുള്ള രൂപം കൈക്കൊണ്ട് അവസാനം 'മൊത്തം സാമൂഹ്യമൂലധന'മായി അത് മാറുന്നതും പരിശോധിച്ചു.

ഈ പ്രക്രിയയുടെ അനിവാര്യഫലമായി ആനുകാലികമായ സാമ്പത്തികക്കുഴപ്പങ്ങൾ പൊട്ടിപ്പുറപ്പെടുന്നു. എന്നാൽ അവയ്ക്കോരോന്നിനും താൽക്കാലിക പരിഹാരമുണ്ടാവുന്നതും വീണ്ടും കുഴപ്പങ്ങൾ പൊട്ടിപ്പുറപ്പെടുന്നതും വിവരിച്ചു.

ആനുകാലിക സാമ്പത്തികക്കുഴപ്പങ്ങളും അവയ്ക്ക് താൽക്കാലിക പരിഹാരവും തുടർന്ന് വീണ്ടും പൊട്ടിപ്പുറപ്പെടുന്ന ആനുകാലിക

സാമ്പത്തികക്കുഴപ്പവും ചേരുന്ന ഒരു ചാക്രിക ചലനത്തിലൂടെയല്ലാതെ മുതലാളിത്തത്തിനു മുന്നോട്ടുപോകാൻ കഴിയുകയില്ലെന്നാണ് രണ്ടാംവാല്യം ചൂണ്ടിക്കാണിക്കുന്നത്.

ഈ രണ്ട് വാല്യങ്ങളും കഴിഞ്ഞ് മൂന്നാംവാല്യത്തിലാകുമ്പോഴാകട്ടെ, "മുതലാളിത്തോൽപ്പാദന പ്രക്രിയ മൊത്തത്തിൽ" നടക്കുന്നതെങ്ങനെയെന്ന പ്രശ്നത്തിലേക്ക് മാർക്സ് കടക്കുന്നു. ഇതിൽ പരിശോധിക്കപ്പെടുന്നത് മുതലാളിത്തോൽപ്പാദനവും പരിക്രമണവും മാത്രമല്ല; മുതലാളിയും തൊഴിലാളിയും തമ്മിലുള്ള ബന്ധത്തോടൊപ്പം തന്നെ വിവിധ വിഭാഗങ്ങളിൽപ്പെട്ട മുതലാളിമാരും ജനങ്ങളാകെയും തമ്മിലുള്ള ബന്ധമാണ്. ഒരുവശത്ത് വ്യവസായ – വ്യാപാരാദിസംരംഭങ്ങളിലേർപ്പെടുന്ന മുതലാളിമാർ, ബാങ്കർമാരും പണമിടപാടുകാരും, ഭൂവുടമകൾ എന്നിവർ; മറുവശത്ത് വ്യവസായ തൊഴിലാളികളും കാർഷിക തൊഴിലാളികളും പണിയെടുക്കുന്ന കൃഷിക്കാരും മറ്റധ്വാനിക്കുന്ന ജനവിഭാഗങ്ങളും – ഈ വിധത്തിലുള്ള വർഗബന്ധങ്ങൾ മനുഷ്യസമൂഹത്തെയാകെയും ഓരോ രാജ്യത്തെയും എങ്ങനെ ബാധിക്കുന്നുവെന്ന് പരിശോധിക്കുകയാണ് മൂന്നാംവാല്യത്തിൽ.

ഈ പരിശോധനയിലൂടെ മാർക്സ് ചെന്നെത്തുന്ന നിഗമനമാകട്ടെ, മുതലാളിത്ത സാമൂഹ്യവ്യവസ്ഥയുടെ അടിതകർന്നുകൊണ്ടിരിക്കുന്നുവെന്നതാണ്. *മൂലധന*മെന്ന ഗ്രന്ഥത്തിന്റെ ആദ്യവാല്യം ജർമൻഭാഷയിൽ പ്രസിദ്ധീകരിക്കുന്നതിന് രണ്ട് പതിറ്റാണ്ടുമുമ്പ് മാർക്സും എംഗൽസും ചേർന്നെഴുതിയ *കമ്യൂണിസ്റ്റ് മാനിഫെസ്റ്റോ*വിന്റെ പ്രധാന നിഗമനം – തൊഴിലാളിവർഗ വിപ്ലവത്തിന്റെ അനിവാര്യത – അക്കാദമീയമായ ശാസ്ത്രീയശൈലിയിലും ഭാഷയിലും രചിച്ചതാണ് *മൂലധന*ത്തിന്റെ മൂന്ന് വാല്യങ്ങളും എന്നർഥം.

ഈ മൂന്നാംവാല്യത്തിന്റെ ഒന്നാം അധ്യായത്തിന്റെ തലക്കെട്ട് 'മുടക്കുവിലയും ലാഭവും' എന്നാണ്. ഒന്നാംവാല്യത്തിൽ വിശദമായി വിവരിച്ച 'മിച്ചമൂല്യ'ത്തിന്റെ പുതിയ പേരാണ് മൂന്നാംവാല്യത്തിലെ 'ലാഭം'. രണ്ടാംവാല്യത്തിൽ പരിശോധനാവിധേയമാക്കിയ 'നിശ്ചിത മൂലധനം', 'പരിക്രമണ മൂലധനം', 'കരുതൽ മൂലധനം' എന്നീ പ്രധാന രൂപങ്ങളിൽ മുതലാളി ഉൽപ്പാദന പ്രക്രിയക്കായി മുടക്കുന്ന സംഖ്യകളുടെ ആകെ തുകയ്ക്കാണ് മൂന്നാം വാല്യത്തിൽ മാർക്സ് 'മുടക്കുവില' എന്ന പേരിട്ടിട്ടുള്ളത്.

ഒന്നാംവാല്യത്തിൽ മൂലധനത്തെ വിഭജിച്ചത് 'സ്ഥിരമൂലധന'വും 'അസ്ഥിരമൂലധന'വുമെന്നായിരുന്നുവല്ലോ. ഉൽപ്പാദനോപകരണങ്ങൾക്കുവേണ്ടി മുതലാളി മുടക്കുന്നത് 'സ്ഥിരമൂലധന'മാണെങ്കിൽ, അധ്വാനശക്തിക്കുവേണ്ടി മുടക്കുന്നതാണ് 'അസ്ഥിരമൂലധനം'. സ്ഥിരമൂലധനമാകെ പുത്തൻ രൂപത്തിൽ പുനഃപ്രത്യക്ഷപ്പെടുകയും അധ്വാനശക്തിയുടെ ഉപയോഗം നിമിത്തം പുതിയ മൂല്യം ഉണ്ടാവുകയും ചെയ്യുന്നുവെന്ന റിക്കാർഡൊ – മാർക്സ് സിദ്ധാന്തമനുസരിച്ച് 'മിച്ചമൂല്യ'മുൽപ്പാദിപ്പിക്കുന്നത് 'അസ്ഥിര മൂലധനം' മാത്രമാണ്. അതു

കൊണ്ട് 'അസ്ഥിരമൂലധന'വും അതിന്റെ പ്രയോഗത്തിലുളവാകുന്ന 'മിച്ചമൂല്യ'വും തമ്മിലുള്ള അനുപാതത്തെ മാർക്സ് 'മിച്ചമൂല്യ ത്തോത്' അല്ലെങ്കിൽ 'ചൂഷണത്തോത്' എന്ന് വിളിച്ചു.

രണ്ടാംവാല്യത്തിലാകട്ടെ മൂലധനത്തെ മാർക്സ് വിഭജിച്ചത് 'സ്ഥിര'വും 'അസ്ഥിര'വുമായല്ല, 'നിശ്ചിത'വും 'പരിക്രമണപര'വുമായാണ്. നിശ്ചിത – പരിക്രമണ മൂലധനങ്ങളുടെ ആകത്തുകയാണ് 'മൊത്തം സാമൂഹ്യമൂലധനം.' (പരിക്രമണ മൂലധനത്തിൽ 'കരുതൽ മൂലധന'വും പെടും).

മറ്റൊരുവിധത്തിൽ പറഞ്ഞാൽ, സ്ഥാവരവും ജംഗമവുമായ ഉൽപ്പാദനോപകരണങ്ങൾ, അധ്വാനശക്തി എന്നിവയ്ക്കുവേണ്ടി മുതലാളിമുടക്കുന്ന മൂലധനത്തെയാണ് 'മൊത്തം സാമൂഹ്യമൂലധന'മെന്ന് മാർക്സ് വിളിച്ചത്. ഒന്നാംവാല്യത്തിലെ 'മിച്ചമൂല്യ'വും മൂന്നാംവാല്യത്തിലെ 'മൊത്തം സാമൂഹ്യമൂലധന'വും തമ്മിലുള്ള അനുപാതത്തെയാണ് മൂന്നാംവാല്യത്തിൽ മാർക്സ് 'ലാഭ'മെന്ന് വിളിക്കുന്നത്.

അപ്പോൾ മിച്ചമൂല്യ(ചൂഷണ)ത്തോതിനെ അപേക്ഷിച്ച് എത്രയോ കുറവാണ് 'ലാഭത്തോത്'. രണ്ടിനേയും അന്യോന്യം കൂട്ടിക്കുഴക്കുന്നത് ബൂർഷാ അർഥശാസ്ത്രകാരന്മാരുടെ ആവശ്യമാണ്. ചൂഷണമെന്ന പ്രതിഭാസത്തെ അവർക്ക് മറച്ചുപിടിക്കണമല്ലോ. അധ്വാനശക്തിയിൽ നിന്നു മാത്രമുണ്ടാവുന്ന ഉല്പന്നത്തെ മുതലാളി ഇറക്കിയ മൊത്തം മൂലധനത്തിന്റെ – അതിനെയാണ് മാർക്സ് 'മുടക്കുവില'യെന്ന് വിളിക്കുന്നത് – മൊത്തം സൃഷ്ടിയായി വ്യാഖ്യാനിക്കാനാണ് അവർ മുതിരുന്നത്.

ബൂർഷാ അർഥശാസ്ത്രകാരന്മാരുടെ ഈ തട്ടിപ്പിന്റെ ഒരാവർത്തനമാണ് *മൂലധനസംഗ്രഹ*മെന്ന പേരിൽ പി. കേശവൻ നായർ എഴുതി ഡി ഡി ബുക്സ് പ്രസിദ്ധീകരിച്ച *മലയാള ലഘുഗ്രന്ഥം*. ഈ വിദ്യ മാർക്സും എംഗൽസും ജീവിച്ചകാലത്തുതന്നെ ബൂർഷാ പണ്ഡിതന്മാർ പ്രയോഗിച്ചിരുന്നു. അവരെ തൊലിയുരിച്ചുകാണിക്കുന്ന മുഖവുരകൾ മാർക്സ് അന്തരിച്ചതിനുശേഷം *മൂലധന*ത്തിന്റെ മൂന്ന് വാല്യങ്ങളിലും എംഗൽസ് എഴുതിയിട്ടുണ്ട്. മൂന്നാംവാല്യത്തിന്റെ അനുബന്ധത്തിലും എംഗൽസ് അതുതന്നെയാണ് ചെയ്യുന്നത്.

മൂന്നാം വാല്യത്തിന്റെ ഒന്നാം അധ്യായത്തിൽ നടത്തിയ അപഗ്രഥനത്തിൽനിന്ന് രണ്ട് കാര്യം വ്യക്തമാവുന്നു. (1) മുതലാളിയുടെ ദൃഷ്ടിയിൽ 'ലാഭ'മായി കാണുന്ന സംഖ്യ തൊഴിലാളിയുടെ ദൃഷ്ടിയിൽ 'മിച്ചമൂല്യ'മാണ് അല്ലെങ്കിൽ ചൂഷണമാണ്. (2) സ്ഥാവരവും ജംഗമവുമായ ഉൽപ്പാദനോപകരണങ്ങൾ, തൊഴിലാളിയുടെ അധ്വാനശക്തി എന്നിവ കൈവശപ്പെടുത്താൻ വേണ്ടി മുതലാളി ഇറക്കുന്ന മൊത്തം സംഖ്യയുടെ അനുപാതമായാണ് മുതലാളിക്ക് 'ലാഭ'മുണ്ടാവുന്നത്.

ഒരേ വസ്തുവിനെ – 'മിച്ചമൂല്യ'ത്തെ – തൊഴിലാളിയും മുതലാളിയും വീക്ഷിക്കുന്ന വ്യത്യസ്ത രീതികളിൽ നിന്നാണ് 'മിച്ചമൂല്യം അല്ലെങ്കിൽ ചൂഷണ'വും 'ലാഭ'വും ഉദ്ഭവിക്കുന്നത്. ഈ ലാഭത്തിന്റെയും അതിന്റെ വിവിധ രൂപപരിണാമങ്ങളുടെയും പരിശോധനയാണ് മൂന്നാം വാല്യത്തിലെ അനന്തരാധ്യായങ്ങൾ.

'ലാഭ'ത്തിന്റെ ഉത്ഭവസ്ഥാനം 'മിച്ചമൂല്യം'

എവിടെനിന്നാണ് 'ലാഭം' ഉളവാവുന്നത്? ഉൽപ്പാദനപ്രക്രിയയിൽ നിന്നോ പരിക്രമണപ്രക്രിയയിൽ നിന്നോ? ആദ്യത്തേതിൽ നിന്നാണെന്ന് മാർക്സ്; രണ്ടാമത്തേതിൽ നിന്നാണെന്ന് ബൂർഷ്വാ അർഥശാസ്ത്രകാരന്മാർ. ഈ തർക്കമുദ്ഭവിക്കുന്നതെന്തുകൊണ്ട്?

'മിച്ചമൂല്യം' ഉൽപ്പാദിപ്പിക്കപ്പെടുന്നത് ഉൽപ്പാദനപ്രക്രിയയിലാണെങ്കിലും 'മിച്ചമൂല്യം'കൂടി ഉൾക്കൊള്ളുന്ന 'മൊത്തം ചരക്ക്' വിറ്റഴിച്ച് പണമാക്കുന്നതും, അതുപയോഗിച്ച് ഉൽപ്പാദനച്ചരക്കുകൾ വാങ്ങുന്നതും, വീണ്ടും ഉൽപ്പാദനം നടത്തി 'മിച്ചമൂല്യ'മുണ്ടാക്കുന്നതും പരിക്രമണപ്രക്രിയയിലാണ്. അതുകൊണ്ട് 'ലാഭം' ഉദ്ഭവിക്കുന്നതുതന്നെ പരിക്രമണപ്രക്രിയയിലാണെന്ന് മുതലാളിക്കും അയാളുടെ താൽപര്യം സംരക്ഷിക്കുന്ന ബൂർഷ്വാ അർഥശാസ്ത്രകാരന്മാർക്കും തോന്നുന്നു.

പരിക്രമണത്തിനിടക്ക് കയ്യിലുള്ള ഉൽപ്പന്നം കൂടിയ വിലയ്ക്ക് വിൽക്കാനും ഉൽപ്പാദനത്തിനാവശ്യമായ യന്ത്രോപകരണങ്ങൾ അസംസ്കൃതപദാർഥങ്ങൾ മുതലായവ ചുരുങ്ങിയ വിലയ്ക്ക് വാങ്ങാനും മുതലാളിക്കുള്ള 'സാമർഥ്യ'ത്തിൽ നിന്നാണ് 'ലാഭ'മുണ്ടാവുന്നതെന്ന് മുതലാളിയും അയാളുടെ താൽപര്യം സംരക്ഷിക്കുന്ന ബൂർഷ്വാ അർഥശാസ്ത്രകാരന്മാരും കരുതുന്നു. അത്തരക്കാരുടെ വാദഗതികൾക്കെതിരായ രൂക്ഷമായ ആക്രമണം *മൂലധന*ത്തിന്റെ മൂന്ന് വാല്യങ്ങൾക്കും എംഗൽസ് എഴുതിയ മുഖവുരകളിൽ നടത്തിയിട്ടുണ്ട്.

ഉൽപ്പാദനപ്രക്രിയയിൽ ഉളവാവുന്ന 'മിച്ചമൂല്യ'ത്തെ 'ലാഭ'മാക്കി മാറ്റുന്ന പ്രക്രിയ മാത്രമാണ് പരിക്രമണ പ്രക്രിയയിൽ നടക്കുന്നതെന്ന് മാർക്സിന്റെ ഗ്രന്ഥവും അതിന് എംഗൽസ് എഴുതിയ മുഖവുരകളും വ്യക്തമാക്കുന്നു.

ഉൽപ്പാദനപ്രക്രിയയിൽ ചെലവഴിക്കപ്പെടുന്ന ഉൽപ്പാദനച്ചരക്കുകളിൽ നിന്നല്ല, അധ്വാനശക്തിയിൽ നിന്നാണ് 'മിച്ചമൂല്യ'മുണ്ടാവുന്നു

വെന്നാണല്ലോ ഒന്നാംവാള്യത്തിൽ മാർക്സ് കാണിച്ചത്. പക്ഷേ ഒരു വട്ടത്തെ ഉൽപ്പാദനം നടക്കുന്നതിനുമുമ്പും രണ്ടാംവട്ടം തുടങ്ങുമ്പോഴു മെല്ലാം 'പണമൂലധനം' 'ചരക്കുമൂലധന'വും 'ഉൽപ്പാദകമൂലധന'വുമായിമാറി വീണ്ടും 'മിച്ചമൂല്യ'മുണ്ടാവുകയെന്ന പ്രക്രിയ നടക്കുന്നത് പരിക്രമണപ്രക്രിയയിലാണ്. അങ്ങനെ ഉൽപ്പാദനത്തിന്റെയും പരിക്രമണത്തിന്റെയും പ്രക്രിയകൾ മാറിമാറി നടക്കുമ്പോൾ ഓരോ ഉൽപ്പാദന പ്രക്രിയയിലും 'മിച്ചമൂല്യ'മുണ്ടാവുന്നു; ഓരോ പരിക്രമണപ്രക്രിയയിലും നേരത്തെ കിട്ടിയ 'മിച്ചമൂല്യം' 'ലാഭ'മായി മാറുന്നു. മൂലധനത്തിന്റെ ചലനത്തിൽ അനുസ്യൂതം നടക്കുന്ന ഈ പ്രക്രിയയാണ് ഒന്നും രണ്ടും മൂന്നും വാള്യങ്ങളിൽ മാർക്സ് വിവരിക്കുന്നത്. അതുകൊണ്ടാണ് മൂന്നാംവാള്യത്തിന് 'മുതലാളിത്തോൽപ്പാദനപ്രക്രിയ മൊത്തത്തിൽ' എന്ന് മാർക്സ് പേരിട്ടത്.

'മിച്ചമൂല്യ'വും 'ലാഭ'വും തമ്മിലുള്ള ബന്ധമെന്നപോലെ വ്യത്യാസവും ശരിയായി മനസിലാക്കണം. തുകയിൽ രണ്ടും തമ്മിൽ ഒരു വ്യത്യാസവുമില്ല. 'മിച്ചമൂല്യ'ത്തിന്റെ രൂപത്തിൽ മുതലാളിക്ക് കിട്ടുന്ന തുകതന്നെയാണ് 'ലാഭ'മായി മാറുന്നത്. അതുകൊണ്ടാണ് മൂന്നാംവാള്യത്തിന്റെ ഒന്നാം ഭാഗത്തിന് ഈ തലക്കെട്ട് മാർക്സ് കൊടുത്തത്. 'ലാഭമായി മിച്ചമൂല്യവും ലാഭനിരക്കായി മിച്ചമൂല്യനിരക്കും എങ്ങനെ മാറുന്നു.'

മിച്ചമൂല്യം കണക്കാക്കുന്നതിന് അടിസ്ഥാനമായെടുത്തത് അസ്ഥിരമൂലധനം, അല്ലെങ്കിൽ ഉൽപ്പാദനപ്രക്രിയയിൽ ചെലവാക്കുന്ന അധ്വാനശക്തിയാണ്. പക്ഷേ ചെലവാക്കപ്പെടുന്ന അധ്വാന ശക്തിയുടെ മൂല്യത്തേക്കാൾ കൂടുതൽ മൂല്യം ഉൽപ്പാദനപ്രക്രിയയിലുണ്ടാവുന്നു. (അതാണ് 'മിച്ചമൂല്യം') ഉൽപ്പാദനപ്രക്രിയയിൽ ചെലവാക്കുന്ന മൂല്യവും 'മിച്ചമൂല്യ'വും തമ്മിലുള്ള അനുപാതമാണ് 'മിച്ചമൂല്യത്തോത്'. അതിനെ തൊഴിലാളിവർഗം കാണുന്നതും തൊഴിലാളിവർഗത്തിന്റെ സൈദ്ധാന്തികനായ മാർക്സ് വിശേഷിപ്പിക്കുന്നതും 'ചൂഷണത്തോത്' എന്നാണ്.

എന്നാൽ മുതലാളിക്ക് സ്ഥിരവും അസ്ഥിരവുമായ മൂലധനങ്ങൾ തമ്മിലുള്ള വ്യത്യാസത്തിൽ യാതൊരു താൽപര്യവുമില്ല. താൻ മുടക്കിയ മൊത്തം മൂലധനവും താൻ കൈവശപ്പെടുത്തിയ 'മിച്ചമൂല്യം' പരിക്രമണപ്രക്രിയക്ക് വിധേയമാകുമ്പോൾ തനിക്ക് കിട്ടുന്ന തുകയും തമ്മിലുള്ള വ്യത്യാസത്തിലാണ് അയാൾക്ക് താൽപര്യം. അതിനെയാണ് അയാൾ 'ലാഭ'മെന്ന് വിളിക്കുന്നത്.

ഇവിടെ ഒരു കാര്യം എടുത്തുപറയേണ്ടതുണ്ട്. ഒന്നാം വാള്യത്തിൽ ഉൽപ്പാദനപ്രക്രിയ തനിയെ എടുത്തുപരിശോധിക്കുമ്പോൾ ഒരു പ്രത്യേക മൂലധനം കൈവശംവച്ചിട്ടുള്ള മുതലാളിക്ക് അധ്വാനശക്തിയെന്ന ചരക്കിന്റെ ഉടമയായ തൊഴിലാളിയുമായുള്ള ബന്ധമാണ് പരിശോധിക്കുന്നത്. ആ നിലയ്ക്ക് അയാൾക്ക് കിട്ടുന്ന 'മിച്ചമൂല്യം' പരിക്ര

മണത്തിനു വിധേയമാവുന്ന സാഹചര്യമാണ് രണ്ടാം വാല്യത്തിൽ പരിശോധിക്കുന്നത്. മൂന്നാംവാല്യത്തിലാകട്ടെ ഒരു രാജ്യത്തുള്ള മുതലാളിമാർ കയ്യിലാക്കുന്ന 'മൊത്തം മിച്ചമൂല്യം', അതിന്റെ പരിക്രമണം എന്നിവ ചേർന്നുകൊണ്ടുള്ള 'മുതലാളിത്തോൽപ്പാദന പ്രക്രിയ മൊത്തത്തിൽ' ആണ് പരിശോധിക്കുന്നത്. ആ രാജ്യത്തെ എല്ലാ മുതലാളിമാർക്കും കൂടികിട്ടുന്ന 'മിച്ചമൂല്യം' അതിന്റെ പരിക്രമണപ്രക്രിയയിലൂടെ മൊത്തം 'മിച്ചമൂല്യം' മൊത്തം 'ലാഭ'മായി മാറുന്നതാണ് വിവരിക്കുന്നത്.

അതായത് 'മിച്ചമൂല്യ'ത്തെയോ 'ലാഭ'ത്തെയോ പരിശോധിക്കുമ്പോൾ വ്യക്തികളായ മുതലാളിമാർക്ക് കിട്ടുന്ന 'മിച്ചമൂല്യ'വും 'ലാഭ'വുമല്ല മൂന്നാം വാല്യം പരിശോധിക്കുന്നത്. പിന്നെയോ? മുതലാളിവർഗത്തിനാകെ കിട്ടുന്ന 'മിച്ചമൂല്യം', അതിന്റെ മാറിയ രൂപമായ 'ലാഭം' എന്നിവയാണ് ഇവിടെ പരിശോധിക്കപ്പെടുന്നത്.

'മിച്ചമൂല്യ'ത്തിന്റെ തുക കൂട്ടാൻ മുതലാളി അംഗീകരിക്കുന്ന മാർഗങ്ങൾ ഒന്നാംവാല്യത്തിൽ വിവരിച്ചിട്ടുണ്ടല്ലോ. 'നിരപേക്ഷമിച്ചമൂല്യം', 'സാപേക്ഷമിച്ചമൂല്യം' എന്ന രണ്ട് രൂപങ്ങളിൽ അധ്വാനത്തിന്റെ കാര്യക്ഷമത വർധിപ്പിക്കലാണ് 'മിച്ചമൂല്യം' വർധിപ്പിക്കാനുള്ള മാർഗമായി മാർക്സ് വിവരിച്ചത്. അതുപോലെ 'ലാഭം' വർധിപ്പിക്കാൻ മുതലാളി ഉപയോഗിക്കുന്ന മാർഗങ്ങൾ മൂന്നാംവാല്യത്തിന്റെ 4, 5, 6, 7 എന്നീ അധ്യായങ്ങളിൽ മാർക്സ് വിശദീകരിച്ചിട്ടുണ്ട്. അവയിൽ പ്രധാനമായവ താഴെ കൊടുക്കുന്നു:

(1) പരിക്രമണപ്രക്രിയക്കായി ഉപയോഗിക്കുന്ന സമയം ചുരുക്കുക, അപ്പോൾ ഒരിക്കൽ ഇറക്കിയ മൂലധനം തിരിച്ചുകിട്ടാനുള്ള സമയം കുറയും. അതിന്റെ ഫലമായി മുതലാളിക്ക് കിട്ടുന്ന ലാഭം വർധിക്കും.

(2) സ്ഥിരമൂലധനം ഉപയോഗപ്പെടുത്തുന്നതിൽ മിതവ്യയം പാലിക്കുക. അപ്പോൾ മൊത്തം ഉൽപ്പാദനച്ചെലവ് കുറയും; സ്വാഭാവികമായി 'ലാഭം' കൂടും.

(3) അസംസ്കൃതപദാർഥങ്ങളുടെ വിലയിലുണ്ടാവുന്ന 'ഏറ്റക്കുറച്ചിലുകൾ' 'ലാഭത്തോതി'ൻമേൽ സ്വാധീനം ചെലുത്തും.

ഒന്നാം വാല്യത്തിൽ 'മിച്ചമൂല്യം' വർധിപ്പിക്കാനെന്നപോലെ മൂന്നാംവാല്യത്തിൽ 'ലാഭം' വർധിപ്പിക്കാൻ മുതലാളി അംഗീകരിക്കുന്ന മാർഗങ്ങൾ ഉദാഹരിക്കാൻ ഒട്ടേറെ ഔദ്യോഗിക റിപ്പോർട്ടുകൾ മാർക്സ് ഉദ്ധരിച്ചുചേർക്കുന്നു.

പ്രധാനപ്പെട്ട കാര്യം ഒന്നുകൂടി ആവർത്തിച്ച് 'മിച്ചമൂല്യം' 'ലാഭ'മായിമാറുന്ന പ്രക്രിയ അവസാനിപ്പിക്കാം: മുതലാളി മുടക്കുന്നത് സ്ഥിരാസ്ഥിരമൂലധനങ്ങളോ, നിശ്ചിത പരിക്രമണ മൂലധനങ്ങളോ, കരുതൽ മൂലധനമോ വെവ്വേറെയായല്ല: അവയെ എല്ലാം ചേർത്ത് 'മൊത്തം സാമൂഹ്യമൂലധന'മെന്ന് മാർക്സ് വിളിക്കുന്ന പ്രതിഭാസമായാണ്. ആ മൊത്തം മൂലധനത്തിന് എന്ത് 'ലാഭം' കിട്ടുന്നുവെന്നാണ്

മുതലാളി നോക്കുന്നത്. അതാണ് അയാളുടെ 'ലാഭത്തോത്'.

അതു കൂട്ടാനുള്ള തത്രപ്പാടിൽ സദാ ഏർപ്പെടുകയാണ് മുതലാളി ചെയ്യുന്നത്. അതുകൊണ്ടുതന്നെ മുതലാളിയുടെ 'ലാഭത്തോത്' മാർക്സ് ആദ്യമപഗ്രഥിച്ച 'മിച്ചമൂല്യ (ചൂഷണ) ത്തോതി'നേക്കാൾ എത്രയോ കുറവായിരിക്കും. അതുകൊണ്ടാണ് 'മിച്ചമൂല്യ'വും 'മിച്ചമൂല്യത്തോതും' അവഗണിച്ച് 'ലാഭ'വും 'ലാഭത്തോതും' മാത്രം കണക്കിലെടുക്കാൻ ബൂർഷ്വാ അർഥശാസ്ത്രകാരൻമാർ മെനക്കെടുന്നത്.

ഡി സി ബുക്സ് പ്രസിദ്ധീകരിച്ച *മൂലധന സംഗ്രഹ*ത്തെക്കുറിച്ച് ഇതിന് മുമ്പ് പരാമർശിച്ചുവല്ലൊ. അതിന്റെ പ്രധാന സവിശേഷത ബൂർഷ്വാ അർഥശാസ്ത്രകാരൻമാരെപ്പോലെ 'മിച്ചമൂല്യ'ത്തെ 'ലാഭ'മായി കൂട്ടിക്കുഴയ്ക്കുന്നുവെന്നതാണ്. തുകയിൽ ഒന്നുതന്നെയെങ്കിലും തോതിൽ വ്യത്യസ്തമായ 'മിച്ചമൂല്യ'ത്തെ 'ലാഭ'മായി വ്യാഖ്യാനിക്കുന്നതിന്റെ ഫലമായി മുതലാളിത്തോൽപ്പാദന പ്രക്രിയയിൽ രൂപപ്പെടുന്ന ചൂഷണത്തോത് ഇല്ലാതാവുന്നു, മുതലാളിത്ത സമൂഹത്തിലെ ചൂഷണം മറച്ചു വയ്ക്കപ്പെടുന്നു എന്നർഥം.

'ശരാശരി ലാഭം'

'**മി**ച്ചമൂല്യം' 'ലാഭ'മായി മാറുന്നതെങ്ങനെയെന്നാണല്ലോ മുകളിൽ വിവരിച്ചത്. എന്നാൽ വിവിധ മൂലധനങ്ങൾക്ക് വിവിധ 'ലാഭത്തോതു'കളുണ്ട്. അവ നിർണയിക്കപ്പെടുന്നത് 'മിച്ചമൂല്യ'മുണ്ടാക്കുന്ന 'അസ്ഥിര മൂലധന'ത്തിന്റെ അല്ലെങ്കിൽ കൂലിയുടെ തോതനുസരിച്ചാണുതാനും.

ഉൽപ്പാദനത്തിൽ ചെലവാക്കപ്പെടുന്ന അധ്വാനശക്തിയും അത് ചെലവാക്കുമ്പോഴുണ്ടാവുന്ന ഉല്പന്നത്തിന്റെ മൂല്യവും തമ്മിലുള്ള വ്യത്യാസമാണല്ലോ 'മിച്ചമൂല്യം'. അപ്പോൾ കൂടുതൽ സ്ഥിരമൂലധനം മുടക്കുന്നതും കൂടുതൽ 'അസ്ഥിരമൂലധനം' മുടക്കുന്നതുമായ രണ്ടോ അതിലധികമോ മൂലധനങ്ങൾ തമ്മിൽ 'മിച്ചമൂല്യ'ത്തിന്റെ തോതിൽ വ്യത്യാസമുണ്ടാവും.

തുകയുടെ കാര്യത്തിൽ 'മിച്ചമൂല്യ'വും 'ലാഭ'വും ഒന്നാകയാൽ കൂടുതൽ സ്ഥിരമൂലധനമുള്ള മേഖലകളിൽ 'മിച്ചമൂല്യ'ക്കുറവും, കൂടുതൽ അസ്ഥിരമൂലധനമുള്ള മേഖലകളിൽ 'മിച്ചമൂല്യം' കൂടുതലുമുണ്ടാവും. അതുകൊണ്ട് വിവിധ മൂലധനങ്ങൾ തമ്മിൽ ലാഭത്തോതിൽ വ്യത്യാസമുണ്ടാവും.

അതുപോലെ, ഒരു വട്ടത്തെ ഉല്പാദനത്തിലുണ്ടാവുന്ന ഉല്പന്നങ്ങൾ വിറ്റ് പണമായി വീണ്ടും ഉല്പാദനത്തിലിറക്കുകയും 'മിച്ചമൂല്യം' ഉണ്ടാക്കുകയും ചെയ്യുമ്പോൾ ആദ്യത്തെ വട്ടമവസാനിച്ച് രണ്ടാമത്തെ വട്ടം തുടങ്ങാനുള്ള സമയത്തിന്റെ വ്യത്യാസവും 'ലാഭത്തോതി'ൽ ഏറ്റക്കുറച്ചിലുകളുണ്ടാക്കും. ആദ്യം മുടക്കിയ പണമൂലധനം ഉൽപ്പാദനത്തിനായി ഉപയോഗിച്ച് വീണ്ടും (കൂടുതൽ) പണമായി തിരിച്ചുവരാനുള്ള സമയത്തിന്റെ ഏറ്റക്കുറച്ചിലുകളനുസരിച്ച് 'ലാഭത്തോതി'നും ഏറ്റക്കുറച്ചിലുകളുണ്ടാവും.

അങ്ങനെ വിവിധ മൂലധനങ്ങൾ മുടക്കി കൈവശപ്പെടുത്തുന്ന

'മിച്ചമൂല്യ' (ലാഭം)ങ്ങൾക്ക് വിവിധ തോതുകളുണ്ടാവും. വിവിധ തോതുകളിൽ 'ലാഭം' കിട്ടുന്ന മൂലധനങ്ങളെ സമീകരിച്ച് അവയുടേതായ ഒരു 'പൊതു (ശരാശരി) ലാഭത്തോത്' രൂപപ്പെടും. മൂലധനത്തിന്റെ തുക എത്ര വ്യത്യസ്തമാണെങ്കിലും അവയ്ക്കെല്ലാം കിട്ടുന്ന ലാഭത്തിന്റെ തോത് ഒന്നുതന്നെയായിരിക്കും. ഓരോ മൂലധനവും ഉപയോഗിക്കുമ്പോഴുണ്ടാവുന്ന 'മിച്ചമൂല്യ'ത്തിന്റെ ശരാശരി തോതിൽ നിന്ന് ഏറിയോ കുറഞ്ഞോ ഉള്ള 'ലാഭം' ഓരോ മൂലധനത്തിനും കിട്ടുമെന്നർഥം.

'ഉൽപ്പാദനവില'

'ശരാശരി ലാഭം' സംബന്ധിച്ച ഈ ആശയങ്ങൾ വിശദീകരിച്ച തിനെ തുടർന്ന് മാർക്സ് രൂപപ്പെടുത്തുന്ന മറ്റൊരാശയമാണ് 'ഉൽപ്പാദ നവില'. അതാകട്ടെ, പൊതുവില്പന വിലയെ, അല്ലെങ്കിൽ കമ്പോളവി ലയെ നിർണയിക്കുകയും ചെയ്യുന്നു. മുതലാളിത്ത സമൂഹത്തിന്റെ ദൈനംദിന പ്രവർത്തനത്തെ 'അധ്വാനമൂല്യസിദ്ധാന്ത'ത്തിൽ നിന്നും 'മിച്ചമൂല്യസിദ്ധാന്തത്തിൽ നിന്നും ആ കമ്പോളത്തിന്റെ പ്രവർത്തന ത്തിലേക്ക് എത്തുകയാണ് മാർക്സ് ഇവിടെ ചെയ്യുന്നത്. അതുകൊണ്ട് ഒന്നാംവാല്യം തൊട്ട് ഇതേവരെ മാർക്സ് വിവരിച്ച കാര്യങ്ങൾ ഈ ഘട്ടത്തിൽ സംഗ്രഹിച്ചുപറയാമെന്ന് വിചാരിക്കുന്നു.

(1) മൂല്യത്തിന്റെ അടിസ്ഥാനം അധ്വാനമാണ്. പക്ഷേ 'മൂല്യ'വും 'വില'യും തമ്മിൽ മൗലികമായ വ്യത്യാസമുണ്ട്. ദിനംപ്രതി കമ്പോള ത്തിൽ നടക്കുന്ന കൊള്ളക്കൊടുക്കലുകളിൽ വാങ്ങുകയും കൊടുക്കു കയും ചെയ്യുന്നത് 'വില'യാണ്, 'മൂല്യ'മല്ല.

(2) ഏത് ചരക്കും ഉൽപ്പാദിപ്പിക്കാൻ നിലവിലുള്ള സാമൂഹ്യ ചുറ്റു പാടിൽ ആവശ്യമായ അധ്വാനമാണ് 'മൂല്യം'. കമ്പോളത്തിൽ കൊള്ള ക്കൊടുക്കലുകൾ നടക്കുന്നത് 'മൂല്യ'ത്തിനല്ല, 'വില'യ്ക്കാണ്. 'മൂല്യ' ത്തിൽ നിന്ന് കൂടിയോ കുറഞ്ഞോ ആയ 'വില'യ്ക്കാണ് കൊള്ളക്കൊ ടുക്കലുകൾ നടക്കുന്നതെന്നർഥം.

(3) അധ്വാനശക്തിയെന്ന ചരക്ക് അതുൽപ്പാദിപ്പിക്കുന്നതിനു വേണ്ടി ചെലവാക്കിയ അധ്വാനത്തിന്റെ അടിസ്ഥാനത്തിൽ തൊഴിലാളി യിൽനിന്ന് മുതലാളി വാങ്ങി ഉപയോഗിക്കുമ്പോൾ ഉണ്ടാവുന്നതാണ് മിച്ചമൂല്യം (ഈ പ്രക്രിയയാണ് *മൂലധനം* ഒന്നാം വാല്യത്തിൽ വിവരിച്ചി ട്ടുള്ളത്.)

(4) 'മിച്ചമൂല്യം' കൈവശപ്പെടുത്തുന്ന മുതലാളി അത് വീണ്ടും ഉല്പാദനത്തിനായി ഉപയോഗിക്കുന്നു. അതിലൂടെ കൂടുതൽ 'മിച്ച

മൂല്യം' അയാൾ സമ്പാദിക്കുന്നു. ഇങ്ങനെ അനുസ്യൂതം നടക്കുന്ന ഉല്പാദന – പുനരുൽപ്പാദന പ്രക്രിയയെയാണ് മാർക്സ് 'പരിക്രമണ'മെന്ന് വിളിക്കുന്നത്. (അതിന്റെ വിശദാംശങ്ങളാണ് രണ്ടാംവാല്യത്തിന്റെ ഉള്ളടക്കം.)

(5) ഒന്നാംവാല്യത്തിൽ വിവരിക്കുന്ന മുതലാളിത്തോൽപ്പാദനമോ രണ്ടാംവാല്യത്തിലെ പരിക്രമണമോ മുതലാളിമാരുടെ വ്യക്തിപരമായ പരിധിയിൽ ഒതുങ്ങിനിൽക്കുന്നില്ല. 'മിച്ചമൂല്യ'ത്തിന്റെ ഉൽപ്പാദനവും പുനരുൽപ്പാദനവുമെന്ന പരിക്രമണ പ്രക്രിയയിലൂടെ 'മൊത്തം സാമൂഹ്യമൂലധനം' എന്ന ഒരു പ്രതിഭാസമുണ്ടാവുന്നു. (അതിന്റെ വിശദാംശങ്ങൾ ഒന്നുമുതൽ മൂന്നുവരെയുള്ള വാല്യങ്ങളിൽ മാർക്സ് നമുക്ക് നൽകുന്നു.)

(6) മുതലാളിത്ത സമൂഹത്തിലാകെ ഉല്പാദിപ്പിക്കപ്പെടുന്ന 'മിച്ചമൂല്യം' മുതലാളിത്ത സമൂഹത്തിലെ മൂലധനോടമകൾ മുഴുവൻ തങ്ങളിൽ പങ്കിട്ടെടുക്കുന്നു. അതിലൂടെയാണ് 'മിച്ചമൂല്യം' 'ലാഭ'മാവുന്ന പ്രക്രിയ നടക്കുന്നത്. അപ്പോൾ മുതലാളി സമൂഹമാകെ കൈവശപ്പെടുത്തുന്ന 'മിച്ചമൂല്യം' ആ സമൂഹത്തിലാകെ സമമായി പങ്കിടുന്നുവെന്ന അടിസ്ഥാനത്തിലാണ് 'ശരാശരി ലാഭം' എന്ന സങ്കൽപ്പത്തിലേക്ക് മാർക്സ് ചെന്നെത്തുന്നത്.

ഇതിൽനിന്നാണ് 'ഉൽപ്പാദനവില' എന്ന ആശയത്തിന് മാർക്സ് രൂപം നൽകുന്നത്. മുതലാളിത്തോൽപ്പാദനത്തിന്റെ വ്യത്യസ്ത മേഖലകളിലെ വിവിധ 'ലാഭത്തോതു'കളുടെ ശരാശരിയും ഉൽപ്പാദനത്തിനുവേണ്ടി മുടക്കിയ മൊത്തം മൂലധനത്തിന്റെ ശരാശരിയും ചേർന്നതാണ് 'ഉൽപ്പാദനവില'.

അപ്പോൾ ഓരോ ഉൽപ്പാദനമേഖലയിലും അതാതിന്റേതായ 'ഉൽപ്പാദനവില'യുണ്ട്. ആ മേഖലയിൽ ഉല്പാദിപ്പിക്കപ്പെടുന്ന 'മിച്ചവില'യുടെ ആകത്തുകയെ ആ മേഖലയിൽ മുടക്കിയ മൊത്തം മൂലധനത്തിന്റെ തുകകൊണ്ട് ഹരിച്ചാൽ കിട്ടുന്ന സംഖ്യയാണ് ആ മേഖലയിലെ 'ഉല്പ്പാദനവില.'

എന്നാൽ, ഈ 'ഉൽപ്പാദനവില' ശരാശരി മാത്രമാണ്. അതിൽനിന്ന് ഏറിയോ കുറഞ്ഞോ ഉള്ള തോതിലാണ് കമ്പോളത്തിലെ കൊള്ളക്കൊടുക്കലുകൾ യഥാർഥത്തിൽ നടക്കുന്നത്. ഇതിനെ മാർക്സ് 'കമ്പോളവില'യെന്ന് വിളിക്കുന്നു. ഓരോ കൊള്ളക്കൊടുക്കലിനും കമ്പോളവില ഉൽപ്പാദനവിലയെക്കാൾ ഏറിയോ കുറഞ്ഞോ ഇരിക്കും. പക്ഷേ 'കമ്പോളവില'കളുടെ മൊത്തം സംഖ്യ 'ഉൽപ്പാദനവില' കളുടെ മൊത്തം സംഖ്യതന്നെയായിരിക്കും.

അങ്ങനെ അധ്വാനവിലസിദ്ധാന്തത്തിൽ നിന്നും മിച്ചമൂല്യസിദ്ധാന്തത്തിൽ നിന്നും പടിപടിയായുള്ള വിശകലനത്തിലൂടെ മാർക്സ് കമ്പോളവിലയിലെത്തുന്നു. കമ്പോളമാണല്ലൊ മുതലാളിത്ത സമൂഹത്തിന്റെ ഹൃദയം.

'മിച്ചലാഭം'

'ഉൽപ്പാദനവില'യുടെ അടിസ്ഥാനത്തിൽ 'കമ്പോളവില' നിജപ്പെടുത്തുകയും കൊള്ളക്കൊടുക്കലുകൾ നടക്കുകയും ചെയ്യുമ്പോഴാണല്ലൊ 'ശരാശരി ലാഭ'മുണ്ടാവുന്നത്. അതിനർഥം 'കമ്പോളവില' 'ഉൽപ്പാദനവില'യിൽ നിന്ന് ഏറിയും കുറഞ്ഞും ഇരിക്കുമെന്നാണ്. കുറെ കൊള്ളക്കൊടുക്കലുകളിൽ ഉൽപ്പാദനവിലയെ അപേക്ഷിച്ച് കൂടുതൽ ഉയർന്ന തോതിലും മറ്റ് കുറെ കൊള്ളക്കൊടുക്കലുകളിൽ കുറഞ്ഞ തോതിലും കച്ചവടം നടക്കും. കൂടുതൽ വിലയ്ക്ക് വിൽക്കുന്ന കച്ചവടത്തിൽ വിൽപ്പനക്കാരന് ശരാശരിയേക്കാൾ കൂടുതൽ ലാഭം അല്ലെങ്കിൽ 'മിച്ചലാഭം' കിട്ടും. കുറഞ്ഞ വിലയ്ക്ക് വിൽക്കാൻ നിർബന്ധിക്കപ്പെടുന്നവർക്ക് ശരാശരിയെക്കാൾ കുറഞ്ഞ ലാഭമേ കിട്ടുകയുള്ളൂ. അല്ലെങ്കിൽ നഷ്ടം തന്നെ പറ്റും.

ഇതിനൊരു കാരണം കമ്പോളവിലയെ നിയന്ത്രിക്കുന്ന ഘടകങ്ങളിലൊന്ന് വിൽപ്പനച്ചരക്കിനുള്ള ആവശ്യക്കാരും വിൽപ്പനച്ചരക്കിന്റെ ലഭ്യതയും തമ്മിലുള്ള അന്തരമാണ്. ആവശ്യക്കാർ കൂടുകയും ലഭ്യത കുറയുകയും ചെയ്യുമ്പോൾ കമ്പോളവില കൂടും. നേരെ മറിച്ച് ആവശ്യക്കാർ കുറയുകയും ലഭ്യത കൂടുകയും ചെയ്യുമ്പോൾ കമ്പോളവില കുറയും. രണ്ടായാലും 'ഉൽപ്പാദനവില'യിൽ നിന്ന് വ്യതിയാനമാണ് നടക്കുന്നത്. 'ഉൽപ്പാദനവില'യ്ക്കടിസ്ഥാനമായ 'മുടക്കുവില' 'ശരാശരിലാഭം' എന്നിവയെ ആസ്പദമാക്കിയല്ല കമ്പോളത്തിൽ കൊള്ളക്കൊടുക്കലുകൾ നടക്കുന്നതെന്നർഥം.

ദൈനംദിനം നടക്കുന്ന കൊള്ളക്കൊടുക്കലുകൾ, അവയ്ക്കാസ്പദമായ കമ്പോളവിലകൾ, അവയിൽ കൂടുതലോ കുറവോ ഉണ്ടാകുന്ന ആവശ്യക്കാരും ലഭ്യതയും മുതലായതെല്ലാം നിമിത്തം 'മിച്ചമൂല്യ'ത്തിൽനിന്ന് ബഹുദൂരമെത്തിയ വില നിരക്കിലാണ് ദൈനംദിനമുള്ള കൊള്ളക്കൊടുക്കലുകൾ നടക്കുന്നത്. ഈ സത്യം മുൻനിർത്തി

മിച്ചമൂല്യസിദ്ധാന്തത്തെതന്നെ വെല്ലുവിളിക്കുകയാണ് ബൂർഷ്വാ അർഥ ശാസ്ത്രകാരന്മാർ ചെയ്യുന്നത്. അവരുടെ വാദഗതിയെ തുറന്നുകാണിക്കുന്നതിന് *മൂലധനം* ഒന്നും രണ്ടും മൂന്നും വാല്യങ്ങളിൽ നടത്തിയ വിശകലനത്തിലൂടെ 'മിച്ചമൂല്യ'മെന്ന ശാസ്ത്രീയസിദ്ധാന്തം ദൈനംദിന സാമൂഹ്യജീവിതത്തിൽ പ്രാവർത്തികമായി വരുമ്പോൾ 'മുടക്കുവില' 'നിശ്ചിതമൂലധനം', 'മിച്ചമൂല്യ'ത്തിന്റെ മറ്റൊരു രൂപമായ 'ലാഭം', വിവിധ തോതുകളിലുള്ള 'ലാഭ'ങ്ങളെ സമീകരിച്ചുണ്ടാവുന്ന 'ശരാശരി ലാഭം', ശരാശരിയെ അടിസ്ഥാനപ്പെടുത്തിയാണെങ്കിലും ശരാശരിയെക്കാൾ ഉയർന്ന 'മിച്ചലാഭം' എന്നീ ആശയങ്ങളിൽ മാർക്സ് ചെന്നെത്തുന്നു. 'മിച്ചമൂല്യാശയത്തിന്റെ അടിസ്ഥാനത്തിൽ തന്നെ 'ഉൽപ്പാദന വില', 'കമ്പോളവില', 'ശരാശരിലാഭം', അതിനേക്കാൾ ഏറിയും കുറഞ്ഞുമുള്ള 'ലാഭത്തോതു'കൾ എന്നീ ആശയങ്ങളിലേക്ക് മാർക്സ് ചെന്നെത്തുന്നു. മുതലാളിത്തസമൂഹത്തിന്റെ പ്രായോഗിക ജീവിതത്തിൽ പ്രത്യക്ഷപ്പെടുന്ന പ്രതിഭാസങ്ങളെ ഓരോന്നിനെയും 'മിച്ചമൂല്യ'ത്തിന്റെ അടിസ്ഥാനത്തിൽ വിശദീകരിക്കുകയാണ് മാർക്സ്.

എന്തുകൊണ്ട് 'മിച്ചലാഭ'മുണ്ടാവുന്നു എന്ന ചോദ്യത്തിനും മാർക്സ് ഉത്തരം പറയുന്നുണ്ട്. വിവിധ വ്യവസായങ്ങളിലോരോന്നിലും അതാതിന്റേതായ സവിശേഷമൂലധനഘടനയുണ്ട്: ചിലതിൽ 'സ്ഥിരമൂലധന'ത്തെക്കാൾ കൂടുതൽ 'അസ്ഥിരമൂലധന'മുണ്ടാവും; അതുകൊണ്ട് 'മിച്ചമൂല്യ'വും കൂടുതലുണ്ടാവും. അങ്ങനെയുണ്ടാവുന്ന 'അധിക മിച്ചമൂല്യ'മാണ് ആ വ്യവസായത്തിലെ മുതലാളിമാർ മറ്റ് വ്യവസായങ്ങളിലെ മുതലാളിമാരുമായി പങ്കുവയ്ക്കുന്നത്. അപ്പോൾ അവർക്ക് ശരാശരിയെക്കാൾ ഉയർന്ന തോതിലുള്ള 'ലാഭം' കിട്ടും. 'മിച്ചമൂല്യം' സൃഷ്ടിക്കുന്ന 'അസ്ഥിര മൂലധന'ത്തിന്റെ തോത് കൂടുമ്പോഴാണ് 'മിച്ചലാഭ'മുണ്ടാവുന്നതെന്നർഥം.

വ്യവസായങ്ങളെ അപേക്ഷിച്ച് കൃഷിയിൽ മുടക്കുന്ന മൂലധനത്തിൽ 'അസ്ഥിരമൂലധന'ത്തിന്റെ പങ്ക് കൂടുതലാണ്. അതുകൊണ്ട് കാർഷികരംഗത്ത് 'മിച്ചമൂല്യം' കൂടുതലുണ്ടാവുന്നു. ആ രംഗത്ത് മുതൽമുടക്കുന്ന മൂലധനോടമസ്ഥന് വ്യവസായത്തിലുള്ളതിനെ അപേക്ഷിച്ച് കൂടുതൽ ലാഭം കിട്ടുന്നു. ആ 'മിച്ചലാഭം' 'തറപ്പാട്ട'ത്തിന്റെ രൂപത്തിൽ ഭൂവുടമസ്ഥന് കൊടുക്കാൻ വ്യവസായ മുതലാളി നിർബന്ധിക്കപ്പെടുന്നു. അതിന്റെ വിശദവും സവിസ്തരവുമായ വിവരണമാണ് *മൂലധനം* മൂന്നാംവാല്യത്തിന്റെ ആറാംഭാഗത്ത് മാർക്സ് നടത്തുന്നത്. ആ ഭാഗത്തിന്റെ തലക്കെട്ടുതന്നെ ഇതാണ്: 'തറപ്പാട്ടത്തിലേക്കുള്ള മിച്ചലാഭത്തിന്റെ രൂപപരിവർത്തനം.'

'തറപ്പാട്ട'ത്തിന്റെ വിശദീകരണം സംബന്ധിച്ച മാർക്സിന്റെ സിദ്ധാന്തത്തിലേക്ക് നമുക്ക് പിന്നീട് വരാം. എന്നാൽ ഒരുകാര്യം ഇവിടെത്തന്നെ പറഞ്ഞുവയ്ക്കേണ്ടതുണ്ട്: 'തറപ്പാട്ട'ത്തിന്റെ രൂപത്തിലല്ലെങ്കിലും 'മിച്ചലാഭം' വ്യവസായമേഖലയിലുമുണ്ട്. 'സ്ഥിരമൂലധന'ത്തെ

അപേക്ഷിച്ച് 'അസ്ഥിരമൂലധനം' കൂടുതലാവുമ്പോൾ 'മിച്ചമൂല്യം' വർധിക്കുന്നു; അത് പങ്കുവയ്ക്കുന്ന മൂലധനോടമകൾ തമ്മിലുള്ള ബന്ധത്തിൽ 'അസ്ഥിരമൂലധന'ത്തിന്റെ ഉടമകൾക്ക് 'മിച്ചലാഭം' കിട്ടുന്നു. അതുകൊണ്ടാണ് 'അസ്ഥിരമൂലധന'ത്തിന് കൂടുതൽ മുൻതൂക്കമുള്ള ചെറുകിട – ഇടത്തരം വ്യവസായങ്ങളിലേക്ക് മൂലധനം ഒഴുകുന്നത്.

വ്യാവസായികമായി പിന്നോക്കംനിൽക്കുന്ന രാജ്യങ്ങളിലേക്ക് വികസിത മുതലാളിത്തം ഒഴുകുന്നതിന്റെ കാരണം അവിടങ്ങളിൽ ഉണ്ടാവുന്ന 'മിച്ചലാഭം' കൈവശപ്പെടുത്താനുള്ള വികസിത രാജ്യങ്ങളിലെ മുതലാളിമാർക്കുള്ള വ്യഗ്രതയാണ്. മുതലാളിത്തത്തിന്റെ ആഗോള വളർച്ച നടക്കുമ്പോൾതന്നെ വികസിത രാജ്യങ്ങളിലെ മൂലധനോടമകൾ പിന്നോക്ക രാജ്യങ്ങളിലേക്ക് ഇരച്ചുകയറിയതിന്റെ സാമ്പത്തികാടിസ്ഥാനം ഇതാണ്.

ആനുകാലികമല്ലാത്ത സാമ്പത്തികക്കുഴപ്പം

യന്ത്രങ്ങളും മറ്റ് ഉൽപ്പാദനോപകരണങ്ങളും പുതുക്കിപ്പണിയാൻ തുടങ്ങുമ്പോഴുണ്ടാവുന്ന താൽക്കാലികമായ മുന്നേറ്റം, തുടർന്നുണ്ടാവുന്ന താൽക്കാലികമായ പ്രതിസന്ധി, വീണ്ടും പുതുക്കേണ്ടിവരുമ്പോൾ മുന്നേറ്റം, പ്രതിസന്ധി എന്ന ക്രമത്തിൽ മിക്കവാറും പതിപ്പത്ത് വർഷത്തിലൊരിക്കൽ ഒരു ആനുകാലിക പ്രതിസന്ധി മുതലാളിത്തോല്പാദനത്തിന്റെ അഭേദ്യഭാഗമാണെന്ന് ഇതിന് മുമ്പ് ചൂണ്ടിക്കാണിച്ചിട്ടുണ്ടല്ലൊ. ആനുകാലിക പ്രതിസന്ധിയില്ലാതെ മുതലാളിത്തം പുരോഗമിക്കുകയില്ലെന്നാണിതിനർഥം.

എന്നാൽ ആനുകാലികമായിട്ടല്ലാതെ മുതലാളിത്ത വളർച്ചയുടെ അഭേദ്യഭാഗമായി കൂടുതൽ സ്ഥിരമായ പ്രതിസന്ധിയും മുതലാളിത്ത വളർച്ചയിലുണ്ടെന്ന് മൂന്നാംവാല്യത്തിന്റെ 13, 14, 15 അധ്യായങ്ങളുൾക്കൊള്ളുന്ന മൂന്നാംഭാഗത്ത് മാർക്സ് ചൂണ്ടിക്കാണിക്കുന്നു.

അതാകട്ടെ മിച്ചമൂല്യോൽപ്പാദനം, മൂലധനത്തിന്റെ വലുപ്പം കൂടിക്കൂടിവരാൻ എന്ന പ്രക്രിയകളുമായി അഭേദ്യമാംവിധം ബന്ധപ്പെട്ടതാണുതാനും.

'മിച്ചമൂല്യം' 'ലാഭ'മായും 'മിച്ചമൂല്യത്തോത്' 'ലഭത്തോതാ'യും മാറുന്ന പ്രക്രിയയിലൂടെ 'ലാഭം' 'ശരാശരി ലാഭ'മായി മാറുകയും 'ശരാശരി ലാഭ'ത്തേക്കാൾ കൂടുതൽ വരുന്ന 'മിച്ചലാഭം' കൈപ്പറ്റാൻ ചില മുതലാളിമാർക്ക്, അല്ലെങ്കിൽ മുതലാളി വിഭാഗങ്ങൾക്ക്, കഴിയുകയും ചെയ്യുന്ന സാഹചര്യം മൂന്നാം വാല്യത്തിന്റെ ഒന്നും രണ്ടും ഭാഗങ്ങളിൽ മാർക്സ് വിവരിച്ചിട്ടുണ്ടല്ലൊ.

തുടർന്നുവരുന്ന മൂന്നാംഭാഗത്ത് അദ്ദേഹം ചൂണ്ടിക്കാണിക്കുന്നത് മുതലാളിത്തോൽപ്പാദനത്തിന്റെ സഹജസ്വഭാവമാണ് 'ലാഭത്തോത് താഴാനുള്ള പ്രവണത'യെന്നാണ്. 'ലാഭ'ത്തിന്റെ *തുക* വർധിക്കുമ്പോൾതന്നെ *ലാഭത്തോത്* അനുക്രമം കുറയുകകൂടി ചെയ്യുക എന്ന അലംഘ്യനിയമം തന്നെ ഉണ്ടെന്നാണ് 13-ാം അധ്യായത്തിൽ മാർക്സ് ചൂണ്ടിക്കാണിക്കുന്നത്. അതിന് കാരണമിതാണ്.

മുതലളിത്തോൽപ്പാദനത്തിന്റെ അനിവാര്യഫലമായി മൂലധനം കുന്നുകൂടിവരുന്ന കാര്യം ഒന്നാംവാള്യത്തിൽ വിവരിച്ചിട്ടുണ്ടല്ലോ. ഒരു തലമുറയിലെ ലക്ഷപ്രഭുക്കൾ അടുത്ത തലമുറയിലെ കോടീശ്വരൻമാരായി മാറുന്നത് മുതലാളിത്ത സമൂഹത്തിൽ അനിവാര്യമാണ്. ഒരു വശത്ത് മൂലധനത്തിന്റെയും മറുവശത്ത് തൊഴിലില്ലാപ്പട്ടാളത്തിന്റെയും വലുപ്പം വർധിപ്പിച്ചുകൊണ്ടേ മുതലാളിത്തത്തിന് വളരാനാവൂ. ഈ സത്യമാണ് *മൂലധനം* ഒന്നാംവാള്യത്തിൽ മാർക്സ് കൊണ്ടുവരുന്നത്.

പക്ഷേ, മുതലാളിമാരുടെ മൂലധനം തലമുറതലമുറയായി കുന്നുകൂടിക്കൂടി വരികമാത്രമല്ല ചെയ്യുന്നത്. മൂലധനത്തിന്റെ ഘടനയിൽ തന്നെ ഓരോ തലമുറയും ചെല്ലുമ്പോൾ മാറ്റം വരികകൂടി ചെയ്യുന്നുണ്ട്.

'അസ്ഥിരമൂലധന'ത്തെ അപേക്ഷിച്ച് സ്ഥിരമൂലധനമാണ് കൂടുന്നത്. അതായത് യന്ത്രോപകരണാദി ഉൽപ്പാദനോപാധികൾക്കും അസംസ്കൃതപദാർഥങ്ങൾക്കുംവേണ്ടി മുടക്കുന്ന മൂലധനഭാഗത്തെ അപേക്ഷിച്ച് അധ്വാനശക്തിക്കുവേണ്ടി മുടക്കുന്ന മൂലധനം കുറയുന്നു. അപ്പോൾ 'മിച്ചമൂല്യ'ത്തിന്റെ *തുക* വർധിക്കുന്നുവെങ്കിലും, സ്ഥിരമൂലധനത്തിന്റെ അനുപാതമെന്ന അർഥത്തിലുള്ള മിച്ചമൂല്യ (ലാഭ) ത്തിന്റെ *തോത്* കുറയുന്നു. അതായത് മുതലാളിത്ത വളർച്ചയിലെ ഓരോ തലമുറയിലും മുൻതലമുറയിലെക്കാൾ ലാഭത്തിന്റെ *തോത്* കുറയുന്നു.

എന്നാൽ, ലാഭത്തിന്റെ *തോത്* കുറയുകയാണെങ്കിലും തുക കൂടുകയാണ്. മുടക്കിയ മൊത്തം മൂലധനത്തിന്റെ ശതമാനക്കണക്കിൽ ലാഭത്തിന്റെ *തോത്* കുറയുമ്പോൾ തന്നെ ലാഭത്തിന്റെ *തുക* വർധിക്കുകയാണ്. ആ നിലയ്ക്കാണ് മുതലാളിത്തം നിലനിൽക്കുകയും വളരുകയും ചെയ്യുന്നത്.

കൂടാതെ ലാഭത്തോത് താഴാനുള്ള പ്രവണതയെതന്നെ ചെറുക്കാനുള്ള മാർഗ്ഗങ്ങൾ മുതലാളി അംഗീകരിക്കുന്നു. ഉദാഹരണത്തിന് ചൂഷണം, അല്ലെങ്കിൽ മിച്ചമൂല്യോൽപ്പാദനം, കൂടുതൽ തീവ്രമാക്കുന്നു. തൊഴിലാളിയെക്കൊണ്ട് കൂടുതൽ പണിയെടുപ്പിക്കുന്നുവെന്നർഥം.

രണ്ടാമത്, കൂലിത്തോത് അധ്വാനശക്തിയുടെ മൂല്യത്തിൽനിന്ന് താഴോട്ടുകൊണ്ടുപോകുന്നു. അധ്വാനം കൂടുതൽ തീവ്രമാവുമ്പോൾ തന്നെ കൂലി കുറയ്ക്കുന്നുവെന്നർഥം.

മൂന്നാമത്, അസംസ്കൃതപദാർഥങ്ങളെപ്പോലുള്ള സ്ഥിരമൂലധന ഘടകങ്ങളുടെ വില കുറയ്ക്കുന്നു.

നാലാമത്, തൊഴിലില്ലാപട്ടാളത്തിന്റെ വർധന നിമിത്തം അധ്വാനശക്തിയുടെ കൊള്ളക്കൊടുക്കലുകൾ നടക്കുന്ന കമ്പോളം മുതലാളിക്ക് കൂടുതൽ അനുകൂലമായിത്തീരുന്നു.

അഞ്ചാമത്, മുതലാളിത്തോല്പാദനം താണനിലയിൽ നിൽക്കുന്ന പിന്നോക്ക രാജ്യങ്ങളിലേക്ക് മൂലധനം കയറ്റി അയക്കാനും അങ്ങനെ മിച്ചമൂല്യം വർധിപ്പിക്കാനും മുതലാളിക്ക് കഴിയുന്നു.

അവസാനമായി മൂലധനമുടക്കിനുവേണ്ടി കടം വാങ്ങുന്നതിനുപകരം ഓഹരിമൂലധനം വർധിപ്പിക്കുന്നതുവഴി ശരാശരി ലാഭത്തിന്റെ കാര്യത്തിൽ വ്യവസായ മുതലാളിക്കനുകൂലമായ സ്ഥിതിയുളവാകുന്നു.

അന്നത്തെ സ്ഥിതിഗതികൾവച്ച് ചൂണ്ടിക്കാണിക്കാൻ കഴിഞ്ഞ ചില കാര്യങ്ങൾ മാത്രമാണ് മാർക്സ് ഇവിടെ പറയുന്നത്. അദ്ദേഹത്തിന്റെ കാലത്തിനുശേഷം ഉണ്ടായ മാറ്റങ്ങളുടെ ഫലമായി മിച്ചമൂല്യത്തിന്റെ *തോതിൽ* മാത്രമല്ല *തുക*യിലും ഇടിവുവരാതിരിക്കാനുള്ള പല മാർഗങ്ങളും കണ്ടുപിടിക്കാൻ അനന്തരകാലമുതലാളിമാർക്ക് കഴിഞ്ഞിട്ടുണ്ട്.

ഇതെല്ലാം മാർക്സ് എടുത്തുകാണിക്കുന്നത് ഒരൊറ്റ ഉദ്ദേശം വച്ചിട്ടാണ്. മുതലാളിത്ത വളർച്ചയുടെ അനിവാര്യഭാഗമായി *ലാഭത്തോത്* കുറയുക എന്ന പ്രവണതയുണ്ടെങ്കിലും അതിനെ മറികടക്കുന്നതിന് പല മാർഗങ്ങളും മുതലാളിമാർ അംഗീകരിക്കുന്നു. ലാഭത്തോത് കുറയുക എന്ന നിയമം നിരപേക്ഷമായി പ്രവർത്തിക്കുമെന്ന് കരുതരുതെന്നർഥം.

ഈ സത്യമെടുത്തുപറഞ്ഞതിനുശേഷം 15-ാം അധ്യായത്തിൽ മാർക്സ് നൽകുന്നത് ലാഭത്തോത് താഴാനുള്ള പ്രവണതയുടെ ആഭ്യന്തരവൈരുധ്യങ്ങളാണ്. പ്രധാനമായും രണ്ട് വൈരുധ്യങ്ങൾ അദ്ദേഹം എടുത്തുപറയുന്നു. ഒന്നാമത്, 'ഉൽപ്പാദനവികസനവും മിച്ചമൂല്യോല്പാദനവും' തമ്മിലുള്ള സംഘട്ടനം; രണ്ടാമത്, 'അമിതമൂലധനവും അമിതജനസംഖ്യയും' തമ്മിലുള്ള സംഘട്ടനം;

അതായത്, മുതലാളിത്തോൽപ്പാദനം വർധിക്കുംതോറും ലാഭത്തിന്റെ തുക വർധിക്കുമെന്നിരുന്നാലും മൊത്തം മുടക്കുമൂലധനത്തിന്റെ അനുപാതമെന്ന നിലയ്ക്ക് ലാഭത്തിന്റെ *തോത്* കുറയും. അതുപോലെ മുതലാളിമാരുടെ കൈവശമുള്ള മൂലധനവും അത് മുടക്കി കൂടുതൽ കൂടുതൽ മിച്ചമൂല്യമുൽപ്പാദിപ്പിക്കാനുള്ള സാഹചര്യമില്ലാതാക്കുന്ന തൊഴിലില്ലായ്മയും തമ്മിലേറ്റുമുട്ടുന്നു. ഇതാണ് ആനുകാലികമല്ലാത്ത മുതലാളിത്ത സാമ്പത്തികക്കുഴപ്പത്തിന്റെ നാരായവേര്.

മാർക്സിസ്റ്റ് സിദ്ധാന്തത്തിന് ലെനിൻ നൽകിയ സംഭാവന

19–ാം നൂറ്റാണ്ടിന്റെ അവസാനപതിറ്റാണ്ടുകളിലാണ് മുതലാളിത്തത്തിന്റെ ആനുകാലികമോ അല്ലാത്തതോ ആയ പ്രതിസന്ധിയെക്കുറിച്ചുള്ള സിദ്ധാന്തം മാർക്സ് രൂപപ്പെടുത്തിയത്. അതിന് എംഗൽസ് നൽകിയ വിശദീകരണങ്ങൾ മാർക്സിന്റെ സിദ്ധാന്തങ്ങൾക്ക് കൂടുതൽ അർഥപുഷ്ടി നൽകുകയും ചെയ്തു.

എന്നാൽ ആ സിദ്ധാന്തത്തെ 20–ാം നൂറ്റാണ്ടിലെ ആദ്യവർഷങ്ങളിലെ യാഥാർഥ്യവുമായി ഇണക്കി മാർക്സിസ്റ്റ് സിദ്ധാന്തത്തെ പുഷ്ടിപ്പെടുത്തിയത് ലെനിനാണ് – *സാമ്രാജ്യത്വം* എന്ന ബൃഹദ്ഗ്രന്ഥത്തിലും മറ്റ് ലേഖനങ്ങൾ, പ്രബന്ധങ്ങൾ, ലഘുഗ്രന്ഥങ്ങൾ മുതലായവയിലും. അതിലെല്ലാം അദ്ദേഹം പ്രധാനമായി ചൂണ്ടിക്കാണിച്ചത് ഇതാണ്.

മാർക്സിന്റെ കാലത്ത് ഏതാനും രാജ്യങ്ങളിൽ പ്രത്യേകം പ്രത്യേകമായി വളർന്നുകൊണ്ടിരുന്ന മുതലാളിത്തം പിന്നണിരാജ്യങ്ങളെയാകെ സാമ്പത്തികമായിട്ടെന്നപോലെ രാഷ്ട്രീയമായും കീഴ്പ്പെടുത്തിക്കഴിഞ്ഞിരുന്നു; ഭൂഗോളമാകെ അരഡസനോളം മാത്രം വരുന്ന രാജ്യങ്ങൾ സ്വന്തമാക്കിക്കഴിഞ്ഞിരിക്കുന്നു; അതിൽ വേണ്ടത്ര പങ്കുകിട്ടാത്ത മറ്റ് രാജ്യങ്ങളും ധാരാളം പങ്കുള്ളവയും തമ്മിലുള്ള മത്സരം ലോകരാഷ്ട്രീയത്തിലെ പ്രധാന യാഥാർഥ്യമായിരിക്കുന്നു.

ഈ യാഥാർഥ്യത്തിന്റെ അർഥശാസ്ത്രപരമായ വിശദീകരണമാണ് ലെനിന്റെ *സാമ്രാജ്യത്വം*. പക്ഷേ അത് വെറുമൊരു അർഥശാസ്ത്രഗ്രന്ഥമല്ല. മുതലാളിത്ത വളർച്ചയുടെ പുതിയ ഘട്ടത്തിൽ സാമ്രാജ്യകോയ്മകളുടെ ചവിട്ടടിയിൽ കിടക്കുന്ന രാജ്യങ്ങൾ ദേശീയ സ്വാതന്ത്ര്യത്തിനുവേണ്ടിയും, മുതലാളിത്ത രാജ്യങ്ങളിലെ തൊഴിലാളിവർഗം സോഷ്യലിസത്തിനുവേണ്ടിയും നടത്തുന്ന വിപ്ലവസമരങ്ങളെ ഏകോപിപ്പിക്കുന്ന ഒരു പുതിയ കാഴ്ചപ്പാട് ലെനിന്റെ *സാമ്രാജ്യത്വ*ത്തിലും

മറ്റ് ഗ്രന്ഥങ്ങളിലും രൂപപ്പെട്ടിട്ടുണ്ട്.

ഈ കാഴ്ചപ്പാടിന്റെ അനിവാര്യഫലമായാണ് സാമൂഹ്യമായും സാംസ്കാരികമായും സാമ്പത്തികമായും പിന്നണിയിൽ കിടക്കുന്ന റഷ്യയിൽ രാഷ്ട്രീയമായി മുന്നണിയിലെത്തിയ ഒരു തൊഴിലാളി വർഗം രൂപപ്പെട്ടിട്ടുണ്ടെന്നതിനാൽ അതിന് സോഷ്യലിസ്റ്റ് വിപ്ലവവും തുടങ്ങിവയ്ക്കാൻ കഴിയുമെന്നും, പക്ഷേ അത് പൂർത്തിയാവണമെങ്കിൽ വികസിത മുതലാളിത്തരാജ്യങ്ങൾ സോഷ്യലിസ്റ്റ് വിപ്ലവത്തിലേക്ക് നീങ്ങണമെന്നുമുള്ള അർഥത്തിൽ തന്റെ രാജ്യമായ റഷ്യയിൽ ലോകത്തിലെ ആദ്യത്തെ തൊഴിലാളിവർഗവിപ്ലവം നടന്നേക്കാമെന്ന സിദ്ധാന്തം ലെനിൻ ആവിഷ്കരിച്ചത്.

അതുകൊണ്ടുതന്നെയാണ് 'ലോകത്തെങ്ങുമുള്ള തൊഴിലാളികളെ ഒന്നിക്കുക' എന്ന മാർക്സ് – എംഗൽസ് ആഹ്വാനത്തെ ലെനിൻ ഇങ്ങനെ ഭേദപ്പെടുത്തിയത്: 'ലോകത്തെങ്ങുമുള്ള തൊഴിലാളികളെ, മർദ്ദിതജനവിഭാഗങ്ങളെ ഒന്നിക്കുക.' അങ്ങനെയാണ് 'സാമ്രാജ്യത്വ യുഗത്തിലെ മാർക്സിസം' എന്ന വിശേഷണം ലെനിനിസത്തിനു കിട്ടിയത്.

വാണിജ്യമൂലധനവും പണമിടപാടുമൂലധനവും

യന്ത്രോപകരണങ്ങൾ, സഹായകസാമഗ്രികൾ, അസംസ്കൃത പദാർഥങ്ങൾ എന്നിവയുടെ രൂപത്തിലുള്ള ഉൽപ്പാദകമൂലധനവും അധ്വാനശക്തിയെന്ന ചരക്കും തമ്മിൽ ബന്ധപ്പെട്ട് 'മിച്ചമൂല്യം' സൃഷ്ടിക്കുന്ന പ്രക്രിയയാണല്ലോ മുതലാളിത്തത്തിന്റെ തുടക്കം. അതിൽ നിക്ഷേപിക്കപ്പെട്ട സ്ഥിരാസ്ഥിരമൂലധനങ്ങളും നിശ്ചിത പരിക്രമണ മൂലധനങ്ങളും ചേർന്നുള്ള മൊത്തം മൂലധനത്തിന് ഉൽപ്പാദകമൂലധനം എന്ന പേരാണ് മാർക്സ് ഇട്ടിട്ടുള്ളത്.

എന്നാൽ, മുതലാളിത്തത്തിന്റെ ഉൽപ്പാദനവും പരിക്രമണവും നടക്കണമെങ്കിൽ മറ്റ് രണ്ട് തരത്തിലുള്ള മൂലധനംകൂടി ആവശ്യമാണ് – വാണിജ്യമൂലധനവും പണമിടപാടുമൂലധനവും. അവയുടെ അപഗ്രഥനമാണ് മൂന്നാംവാല്യത്തിലെ നാലാം ഭാഗത്തിലടങ്ങിയത്.

ഉൽപ്പാദകമൂലധനത്തിന് വാണിജ്യമൂലധനത്തിന്റെ സഹായം രണ്ട് കാരണങ്ങളാൽ ആവശ്യമാണ്. ഒന്നാമത്, യന്ത്രോപകരണാദി ഉൽപ്പാദനോപാധികളും അസംസ്കൃതപദാർഥങ്ങളും ആവശ്യമായത്ര ശേഖരിച്ചുവച്ചാൽ മാത്രമെ മുതലാളിത്തോൽപ്പാദനം നടക്കുകയുള്ളൂ; അപ്പോൾ മാത്രമെ മൂലധനം ഉൽപ്പാദകമൂലധനമായിത്തീരുകയുള്ളൂ.

രണ്ടാമത്, ഉൽപ്പാദകമൂലധനവും തൊഴിലാളിയുടെ അധ്വാനശക്തിയും ചേർന്ന് സൃഷ്ടിക്കുന്ന (മിച്ചമൂല്യംകൂടി ഉൾക്കൊള്ളുന്ന) മൊത്തം ഉൽപ്പന്നം കമ്പോളത്തിൽ വിറ്റ് പണമാക്കണമെങ്കിലും വാണിജ്യമൂലധനത്തിന്റെ സഹായം വേണം. ആ സഹായം കിട്ടിയാൽ മാത്രമെ ഒരുവട്ടത്തെ ഉൽപ്പാദനപ്രക്രിയയുടെ ഫലമായുണ്ടാവുന്ന മൊത്തം ഉൽപ്പന്നം കമ്പോളത്തിൽ വിറ്റ് പണമാക്കി മാറ്റാൻ കഴിയുകയുള്ളൂ. ചരക്കിന്റെ രൂപത്തിൽ കിട്ടുന്ന മൊത്തം ഉൽപ്പന്നത്തെ പണമൂലധനമായി മാറ്റിയാൽ മാത്രമെ കൂടുതൽ ഉൽപ്പാദനോപകരണങ്ങൾ, സഹായക സാമഗ്രികൾ, അസംസ്കൃതപദാർഥങ്ങൾ എന്നിവ സ്വായത്തമാക്കി ഉല്പാദനപ്രക്രിയ തുടരാൻ കഴിയുകയുള്ളൂ.

വാണിജ്യമൂലധനത്തിന്റെ എന്നപോലെ പണമിടപാടുമൂലധനത്തിന്റെയും സഹായം ഉൽപ്പാദകമൂലധനത്തിന്റെ പ്രവർത്തനത്തിനാവശ്യമാണ്. എന്തുകൊണ്ടെന്നാൽ, ഉൽപ്പാദനോപകരണങ്ങൾ, അസംസ്കൃതപദാർഥങ്ങൾ, അധ്വാനശക്തി എന്നിവ വീണ്ടും വാങ്ങണമെങ്കിൽ അതിന് പണമൂലധനം വേണം. അത് കയ്യിലില്ലാത്ത മുതലാളിക്ക് പണമിടപാട് മൂലധനത്തിന്റെ ഉടമയിൽനിന്ന് താൽക്കാലികമായി കടം വാങ്ങണം. അതുപയോഗിച്ച് ഉൽപ്പാദനപ്രക്രിയ പൂർത്തിയാക്കി അതിൽനിന്നുളവാകുന്ന മൊത്തം ഉൽപ്പന്നം വിറ്റ് പണമാക്കിയാലെ പണമിടപാടുമൂലധനത്തിന്റെ ഉടമയിൽനിന്ന് കടമെടുത്ത സംഖ്യ (പലിശ സഹിതം) കൊടുത്തു തീർക്കാനാവൂ. അതുകൊണ്ടാണ് ഉൽപ്പാദക മൂലധനത്തിന്റെ ഉടമയ്ക്ക് പണമിടപാടു മൂലധനത്തിന്റെ ഉടമയിൽനിന്ന് സഹായം ആവശ്യമായിട്ടുള്ളത്.

അതായത്, ഉൽപ്പാദകമൂലധനമെന്നപോലെതന്നെ മുതലാളിത്തവ്യവസ്ഥയുടെ അഭേദ്യഭാഗങ്ങളാണ് വാണിജ്യമൂലധനവും പണമിടപാടുമൂലധനവും. അങ്ങനെയാണ് വ്യവസായ മുതലാളി, വ്യാപാര മുതലാളി, പണമിടപാടുമുതലാളി എന്ന മൂന്നു വിഭാഗം ബൂർഷ്വാ സമൂഹത്തിലുണ്ടായത്. ഈ മൂന്ന് വിഭാഗവും അന്യോന്യം സഹവർത്തിക്കുകയും സഹായിക്കുകയും ചെയ്താൽ മാത്രമെ മുതലാളിത്തം നിലനിൽക്കുകയും പ്രവർത്തിക്കുകയും ചെയ്യൂ.

എന്നാൽ, ആധുനിക മുതലാളിത്തത്തിന്റെ അഭേദ്യഭാഗമാണെങ്കിലും മുതലാളിത്തപൂർവ സമൂഹങ്ങളിലും വാണിജ്യമൂലധനവും പണമിടപാടുമൂലധനവും ഉണ്ടായിരുന്നു. ചരിത്രപരമായി നോക്കിയാൽ മുമ്പുതന്നെ നിലവിലിരുന്ന വാണിജ്യമൂലധനത്തിന്റെയും പണമിടപാട് മൂലധനത്തിന്റെയും വളർച്ചയെത്തിയ ആധുനികരൂപമാണ് ഉല്പാദകമൂലധനം.

മുതലാളിത്തത്തിന് തൊട്ടുമുമ്പുണ്ടായിരുന്ന ഫ്യൂഡൽ സമൂഹത്തിൽ മത്രമല്ല, അതിനും മുമ്പുണ്ടായിരുന്ന അടിമത്ത സമൂഹത്തിലും 'ഏഷ്യാറ്റിക് സമൂഹ'ത്തിലും പോലും വാണിജ്യവും പണമിടപാടുമുണ്ടായിരുന്നു. അന്ന് വാണിജ്യവും പണമിടപാടും 'ഏഷ്യാറ്റിക്' വ്യവസ്ഥയുടെയും അടിമത്തത്തിന്റെയും ഫ്യൂഡലിസത്തിന്റെയും സമൂഹത്തെ നിലനിർത്താനാണ് സഹായിച്ചത്. ആധുനിക മുതലാളിത്തയുഗത്തിലാകട്ടെ വാണിജ്യവും പണമിടപാടും മുതലാളിത്തത്തിന്റെ ഉല്പാദനപ്രക്രിയയെയും പരിക്രമണത്തെയും സഹായിക്കുന്ന സാമൂഹ്യശക്തികളായി മാറി.

അടിമത്തത്തിന്റെയും ഫ്യൂഡലിസത്തിന്റെയും 'ഏഷ്യാറ്റിക്' വ്യവസ്ഥയുടെയും കാലത്ത് ചൂഷണത്തിന്റെ രൂപം നഗ്നമായ ബലപ്രയോഗമായിരുന്നു. അടിമയുടെമേൽ ഉടമയ്ക്കും, അടിയാളരുടെ മേൽ ഫ്യൂഡൽ പ്രഭുക്കൾക്കും 'ഏഷ്യാറ്റിക് വ്യവസ്ഥയിലെ' പ്രമാണിമാർക്കും ബലപ്രയോഗമായിരുന്നു ചൂഷണം നടത്തുന്നതിനടിസ്ഥാനം. അതിനെയാണ് അന്നത്തെ വാണിജ്യവും പണമിടപാടും സഹായിച്ചത്.

മുതലാളിത്ത സമൂഹത്തിലാകട്ടെ പരസ്യമായ ബലപ്രയോഗമില്ല, ഉൽപ്പാദകമൂലധനത്തിന്റെയും അധ്വാനശക്തിയുടെയും ഉടമകൾ തമ്മിൽ പൂർണമായ സമത്വമാണുള്ളത്. അധ്വാനശക്തിയുടെ മൂല്യം അതിന്റെ ഉടമയ്ക്ക് മൂലധനോടമ പൂർണമായി നൽകുന്നു. അങ്ങനെ കൈവശപ്പെടുത്തി ഉപയോഗിക്കുമ്പോൾ മുതലാളിക്ക് കിട്ടുന്ന 'മിച്ച മൂല്യ'മാണ് മുതലാളിത്തത്തിന്റെ അടിസ്ഥാനം. അപ്പോൾ മുതലാളിത്തസമൂഹത്തിൽ വാണിജ്യത്തിനും പണമിടപാടിനും നിർവഹിക്കാനുള്ള ധർമം 'മിച്ചമൂല്യം' സ്വായത്തമാക്കുകയും അതുകൂടി ഉൾക്കൊള്ളുന്ന മൊത്തം ഉൽപ്പന്നത്തിന്റെ വില പണമായി മാറ്റി വീണ്ടും ഉൽപ്പാദനപ്രക്രിയ തുടങ്ങാൻ സഹായിക്കുകയാണ്.

ഈ നിലയ്ക്ക് ഉൽപ്പാദകമൂലധനം സ്വായത്തമാക്കുന്ന 'മിച്ച മൂല്യ'മടക്കമുള്ള മൊത്തം ഉല്പന്നത്തിന്റെ മൂല്യം തിരിച്ചെടുക്കുന്നതിൽ ഉൽപ്പാദകമൂലധനത്തിനെന്നപോലെ വാണിജ്യ – പണമിടപാട് മൂലധനങ്ങൾക്കും പങ്കുണ്ട്. മിച്ചമൂല്യമടക്കമുള്ള മൊത്തം ഉല്പന്നം ചരക്കായി കിട്ടുന്നത് ഉല്പാദകമൂലധനത്തിന്റെ ഉടമയുടെ കയ്യിലാണെങ്കിലും അതിന്റെ പരിക്രമണത്തിൽ വാണിജ്യ – പണമിടപാട് മൂലധനങ്ങൾക്കും പങ്കുണ്ട്. അതുകൊണ്ടാണ് 'മിച്ചമൂല്യം' 'ലാഭ'മായി മാറുമ്പോൾ 'ലാഭം' തന്നെ വാണിജ്യമൂലധനത്തിന്റെ ലാഭവും പണമിടപാട് മൂലധനത്തിന്റെ ലാഭവും, രണ്ടും കഴിച്ച് മിച്ചമുള്ള വ്യാവസായികലാഭവുമായി പിരിയുന്നത്.

ഈ പ്രക്രിയയുടെ വിശദമായ അപഗ്രഥനമാണ് മൂന്നാംവാല്യത്തിലെ അഞ്ചാംഭാഗത്തുള്ള 21 മുതൽ 36 വരെയുള്ള അധ്യായങ്ങളിൽ മാർക്സ് പരിശോധിക്കുന്നത്. ആ പരിശോധനയുടെ സംക്ഷിപ്തരൂപത്തിലേക്ക് കടക്കുന്നതിന് മുമ്പ് ഒരു കാര്യം വ്യക്തമാക്കേണ്ടതുണ്ട്: മുതലാളിത്ത സമൂഹത്തിലെ മേധാവിവർഗത്തിന് മൊത്തമായി കിട്ടുന്ന വരുമാനമാർഗമാണ് ഉല്പാദകമൂലധനം സ്വായത്തമാക്കുന്ന 'മിച്ച മൂല്യം'. അതടക്കമുള്ള മൊത്തം ഉല്പന്നം പണമാക്കിമാറ്റുകയും അത് വീണ്ടും ഉല്പാദനപ്രക്രിയക്കുപയോഗിക്കുകയും ചെയ്യുന്നതിൽ സഹായിക്കുന്ന രണ്ട് വിഭാഗം മുതലാളിമാരാണ് വാണിജ്യവും പണമിടപാടും നടത്തുന്നത്.

അതുകൊണ്ട് ഉൽപ്പാദകമൂലധനത്തിന്റെ ഉടമയായ മുതലാളി കൈവശപ്പെടുത്തുന്ന 'മിച്ചമൂല്യ' മടക്കമുള്ള മൊത്തം ഉല്പന്നം പങ്കുവയ്ക്കുമ്പോൾ ഉല്പാദകമൂലധനത്തിന്റെ എന്നപോലെ വാണിജ്യമൂലധനത്തിന്റെയും പണമിടപാടുമൂലധനത്തിന്റെയും ഉടമകൾക്കുകൂടി പങ്കുകിട്ടുന്നു. 'മിച്ചമൂല്യം' പ്രാഥമികമായി സ്വായത്തമാക്കുന്നത് ഉല്പാദകമൂലധനമാണെങ്കിലും, മൂലധനത്തിന്റെ പരിക്രമണത്തിൽ വാണിജ്യ – പണമിടപാട് മൂലധനങ്ങൾ താന്താങ്ങളുടേതായ സംഭാവനകൾ നൽകുന്നു. അതുകൊണ്ട് അവയ്ക്ക് ന്യായമായി അവകാശപ്പെടാവുന്നതാണ് വാണിജ്യലാഭവും പലിശയും.

എന്നാൽ, വാണിജ്യമൂലധനമോ പണമിടപാടുമൂലധനമോ നിർവഹിക്കുന്നതുപോലുള്ള ഒരു ധർമ്മവും നിർവ്വഹിക്കാത്ത മറ്റൊരു വിഭാഗം മുതലാളിത്ത സമൂഹത്തിലുണ്ട്. ഉല്പാദനത്തിന്റെയോ പരിക്രമണത്തിന്റെയോ പ്രക്രിയക്ക് യാതൊരു സംഭാവനയും നൽകാത്ത ഭൂവുടമയുണ്ട്. അയാൾക്ക് കിട്ടുന്ന 'തറപ്പാട്ട'ത്തിന്റെ സവിസ്തരമായ വിവരണമാണ് മൂന്നാംവാള്യത്തിലെ ആറാംഭാഗം. അതിന്റെ തലക്കെട്ട് 'തറപ്പാട്ടത്തിലേക്കുള്ള മിച്ചലാഭത്തിന്റെ രൂപപരിവർത്തനം' എന്നാണ്.

അതായത് 'മിച്ചലാഭ'ത്തിന്റെ ഒരു പ്രത്യേക രൂപമാണ് ഭൂവുടമ കൈക്കലാക്കുന്ന 'തറപ്പാട്ടം'. ഉല്പാദകമൂലധനത്തിന്റെയും വാണിജ്യമൂലധനത്തിന്റെയും പണമിടപാടുമൂലധനത്തിന്റെയും ഉടമകളാകട്ടെ, 'ശരാശരി ലാഭ'മാണ് തങ്ങൾക്കിടയിൽ പങ്കുവയ്ക്കുന്നത്.

പണമൂലധനവും പലിശയും

ഉല്പാദകമുതലാളിക്കും വാണിജ്യമുതലാളിക്കും അവരവരുടേതായ ലാഭം, പണമിടപാട് മുതലാളിക്ക് പലിശ എന്നീ ആദായമാർഗങ്ങൾ ഉള്ളകാര്യം ഇതിന് മുമ്പ് പറഞ്ഞുവല്ലോ. അത് രണ്ടിനുമുള്ള അടിസ്ഥാനം ഉല്പാദനപ്രക്രിയയിലേർപ്പെട്ട് മിച്ചമൂല്യമുണ്ടാക്കുന്നുവെന്നതിലാണ്.

ഉല്പാദക മൂലധനത്തിന്റെ ഉടമ തന്റെ കയ്യിലുള്ള പണമൂലധനം ചരക്ക് മൂലധനമാക്കി മാറ്റി മിച്ചമൂല്യമുൽപ്പാദിപ്പിക്കുന്നു; വാണിജ്യമൂലധനത്തിന്റെ ഉടമ ഉല്പാദകമൂലധനത്തിന്റെ ഉടമയ്ക്ക് ഉല്പാദനോപാധികൾ കൈവശപ്പെടുത്താനും ഉല്പാദനപ്രക്രിയയുടെ ഫലമായുണ്ടാവുന്ന മൊത്തം ഉല്പന്നം വിറ്റ് പണമാക്കാനും സഹായിക്കുന്നു. രണ്ടുപേർക്കും കിട്ടുന്ന ലാഭം ഉല്പാദനപ്രക്രിയയെ പ്രത്യക്ഷമായോ പരോക്ഷമായോ സഹായിക്കുന്നു.

പണമിടപാട് മൂലധനത്തിന്റെ ഉടമയ്ക്ക് ഉല്പാദനപ്രക്രിയയിൽ ഈ വിധത്തിലുള്ള പങ്കില്ല. ഉല്പാദക മൂലധനത്തിന്റെയും വാണിജ്യമൂലധനത്തിന്റെയും ഉടമകൾക്ക് അവരുടെ ജോലി നടത്താൻ വേണ്ട ധനസഹായം നൽകുകമാത്രമാണ് അയാൾ ചെയ്യുന്നത്. അതിനുള്ള പ്രതിഫലമായി അയാൾക്ക് കിട്ടുന്ന സംഖ്യയുടെ പേരാണ് പലിശ. മറ്റൊരുവിധത്തിൽ പറയുകയാണെങ്കിൽ പണമൂലധനോടമയുടെ കയ്യിലുള്ള പണം കൂടുതൽ പണത്തെ സൃഷ്ടിക്കുകയാണ്. ഉല്പാദനപ്രക്രിയയുമായി പലിശക്ക് കടം കൊടുക്കുന്ന മൂലധനത്തിന് നേരിട്ട് ബന്ധമേയില്ല.

എങ്കിൽ പിന്നെ പണമൂലധനോടമയ്ക്ക് കിട്ടുന്ന പലിശയുടെ സ്രോതസെന്താണ്? ഉൽപ്പാദനപ്രക്രിയയിൽ ഒരു വിധത്തിലും പങ്കുകൊള്ളാത്ത പണമൂലധനത്തിന് എങ്ങനെ പലിശയുണ്ടാവുന്നു? ഈ പ്രശ്നമാണ് മൂന്നാംവാള്യത്തിന്റെ 5–ാം ഭാഗത്തിൽ മാർക്സ്

പരിശോധിക്കുന്നത്. ആ ഭാഗത്തിന്റെ പൊതു തലക്കെട്ടുതന്നെ ഇതാണ്: 'പലിശയും മൂലധനസംരംഭത്തിന്റെ ലാഭവുമായി ലാഭത്തിന്റെ വിഭജനം.'

അതായത്, 'മിച്ചമൂല്യം' 'ലാഭ'മായി മാറുകയും അത് മൂലധനോടമകൾക്കിടയിൽ പങ്കുവയ്ക്കുകയും ചെയ്യുമ്പോൾ ഉല്പാദകമൂലധനത്തിന്റെയും വാണിജ്യമൂലധനത്തിന്റെയും പണമിടപാടുമൂലധനത്തിന്റെയും ഉടമകൾക്ക് അവരവരുടെ പങ്കുകിട്ടുന്നു. അതിൽ പണമിടപാട് മൂലധനത്തിന്റെ ഉടമയ്ക്ക് കിട്ടുന്ന പങ്കിന്റെ പേരാണ് പലിശ.

എന്നുവച്ചാൽ, ഉല്പാദകമൂലധനം സ്വായത്തമാക്കുന്ന 'മിച്ചമൂല്യ'മാണ് മറ്റ് മൂലധനങ്ങളുടെ എന്നപോലെ പണമിടപാട് മൂലധനത്തിന്റെയും ഉടമസ്ഥനുണ്ടാവുന്ന വരുമാനത്തിന്റെ വേര്. ഈ സത്യം മറച്ചുപിടിക്കുന്നതിന് പണമൂലധനം സ്വയം പലിശ സൃഷ്ടിക്കുകയാണെന്ന സിദ്ധാന്തം ബൂർഷ്വാ അർഥശാസ്ത്രകാരന്മാർ അവതരിപ്പിക്കുന്നു. ഉല്പാദകമൂലധനത്തിന്റെ ഉടമ ആദ്യം സ്വായത്തമാക്കുന്ന 'മിച്ചമൂല്യ'മാണ് മറ്റ് മൂലധനോടമകളുടെ ലാഭത്തെപ്പോലെ പണമിടപാട് മൂലധനത്തിന്റെ പലിശയായും വരുന്നതെന്ന സത്യം മറച്ചുപിടിക്കാനാണ് ബൂർഷ്വാ അർഥശാസ്ത്രകാരന്മാർ ശ്രമിക്കുന്നതെന്നർഥം. അവർക്കെതിരെ നടത്തേണ്ട ആശയസമരത്തിൽ ഉപയോഗിക്കാവുന്ന മൂർച്ചയേറിയ ആയുധമാണ് 'പലിശയും മൂലധനസംരംഭത്തിന്റെ ലാഭവുമായി ലാഭത്തിന്റെ വിഭജനം' സംബന്ധിച്ച മാർക്സിന്റെ സിദ്ധാന്തമെന്ന് ചുരുക്കം.

'മിഥ്യാമൂലധനം'

പലിശയുള്ള പണമൂലധനമാകുമ്പോഴേക്ക് ഉല്പാദനപ്രക്രിയയുമായി ബന്ധമില്ലാത്ത ഒരു പണമൂലധനരൂപം പ്രത്യക്ഷപ്പെടുന്നു. പ്രത്യക്ഷമായോ പരോക്ഷമായിട്ടുപോലുമോ ഉല്പാദനവുമായി യാതൊരു ബന്ധവുമില്ലാത്ത പണമിടപാട് മൂലധനോടമയ്ക്ക് ഉല്പാദക മൂലധനത്തിന്റെയും വാണിജ്യ മൂലധനത്തിന്റെയും ഉടമകൾക്കെന്നപോലെ 'ശരാശരിലാഭം' കിട്ടുന്നു. ഉല്പാദക മൂലധനത്തിന്റെ ഉടമ നടത്തുന്ന തൊഴിലാളിവർഗ ചൂഷണത്തിന്റെ ഫലം ഉൽപ്പാദക - വാണിജ്യ മൂലധനങ്ങളുടെ ഉടമകളെന്നപോലെ പണമിടപാടു മൂലധനത്തിന്റെ ഉടമയും അനുഭവിക്കുന്നു.

മുതലാളിവർഗമാകെ തൊഴിലാളിവർഗത്തിന്റെമേൽ നടത്തുന്ന ചൂഷണത്തിന്റെ ഫലം ഉല്പാദക - വാണിജ്യ - പണമിടപാട് മൂലധനങ്ങളുടെ ഉടമകൾ പങ്കിട്ടെടുക്കുന്നതാണ് 'ശരാശരി ലാഭ'വും 'ശരാശരി പലിശ'യും.

ഇതിന്റെ വിശകലനത്തിൽ നിന്നാണ് 'മിഥ്യാമൂലധനം' സംബന്ധിച്ച തന്റെ സിദ്ധാന്തം മാർക്സ് അവതരിപ്പിക്കുന്നത്. അതിനടിസ്ഥാനം കടംകൊടുപ്പും കടംകൊള്ളലുമാണുതാനും.

മൂലധനം ഒന്നാംവാല്യത്തിൽ മിച്ചമൂല്യോൽപ്പാദനം സംബന്ധിച്ച തന്റെ സിദ്ധാന്തങ്ങൾ വിവരിച്ചപ്പോൾ മാർക്സിന്റെ സങ്കൽപ്പം ഇതായിരുന്നു; പണം കയ്യിലുള്ള മുതലാളി അതുപയോഗിച്ച് ഉല്പ്പാദനോപാധികളും അധ്വാനശക്തിയും വിലയ്ക്കുവാങ്ങുന്നു; തുടർന്നുണ്ടാവുന്ന (മിച്ചമൂല്യമുൾപ്പെടുന്ന) മൊത്തം ഉല്പന്നം കമ്പോളത്തിൽ വിറ്റ് പണമാക്കുന്നു; അത് വീണ്ടും മൂലധനമാക്കി ഉല്പാദനപ്രക്രിയയും മിച്ചമൂല്യോല്പാദനവും നടത്തുന്നു. ഈ അനുസ്യൂത പ്രക്രിയയും തുടർന്നുള്ള മൂലധനത്തിന്റെ പരിക്രമണവുമാണ് ഒന്നും രണ്ടും വാല്യങ്ങളിൽ വിവരിച്ചത്.

മൂന്നാംവാള്യത്തിലാകട്ടെ, ഉല്പാദകമൂലധനത്തിന്റെ ഉടമയ്ക്ക് രൊക്കം പണത്തിന് ഉല്പാദനോപാധികൾ കൊടുക്കുകയും അയാളിൽനിന്ന് മൊത്തം ഉല്പന്നം രൊക്കം പണത്തിന് വാങ്ങുകയും ചെയ്യുന്ന വാണിജ്യമൂലധനത്തിന്റെ ഉടമസ്ഥൻതന്നെ പുതിയ ഒരു സ്വഭാവം കൈക്കൊള്ളുന്നു: രൊക്കം പണത്തിനല്ലാതെ കടമായി ഉല്പാദനോപാധികൾ കൊടുക്കുകയും മൊത്തം ഉല്പന്നം കടമായി വാങ്ങുകയും ചെയ്യുന്നു. ഇങ്ങനെ കടമായി കൊടുത്തതും വാങ്ങിയതും പിന്നീട് തിരിച്ചെടുക്കുന്നു. അതായത്, പണം കൈമാറാതെ ചരക്ക് കൈമാറ്റം രണ്ട് വട്ടവും നടക്കുന്നു. ഇതുമൂലം ഉല്പാദനപ്രക്രിയ ഒന്നാംവാള്യത്തിൽ വിവരിച്ചതിനേക്കാൾ കൂടുതൽ സങ്കീർണമാവുന്നു. കടംകൊടുപ്പും കടംകൊള്ളലും മുതലാളിത്തോല്പാദനത്തിന്റെ അഭേദ്യഭാഗമാകുന്നു.

ഇതിൽനിന്ന് ഒരുപടികൂടി മുമ്പോട്ടുപോയി 'ക്രഡിറ്റ്' സമ്പ്രദായത്തിൽ – രൊക്കം പണമായിട്ടല്ലാതെ പലതരത്തിലുള്ള പ്രമാണങ്ങൾ വഴിയെന്നർഥം – കടംകൊടുപ്പും കടമെടുപ്പുമെന്ന രീതി വരുന്നു. ഇതനുസരിച്ചുള്ള കൊള്ളക്കൊടുക്കലുകളിൽ പണം കൈമാറുന്നില്ല; അതിനുപകരം കാലാവധിവെച്ചോ മറ്റുതരത്തിലോ പണം കൊടുക്കാമെന്ന വാഗ്ദാനമുൾക്കൊള്ളുന്ന പ്രമാണങ്ങൾ കൈമാറുന്നു.

ഈ പ്രമാണങ്ങൾക്കോരോന്നിനും ഗവൺമെന്റടിച്ചിറക്കുന്ന നാണ്യങ്ങളുടെയും കറൻസി നോട്ടുകളുടെയും സാധുത കിട്ടുന്നു. ഇങ്ങനെ വാണിജ്യമുതലാളിമാർ തമ്മിൽ തമ്മിലും അവരും ഉല്പാദകമുതലാളിമാരും തമ്മിലും നടക്കുന്ന പ്രമാണകൈമാറ്റങ്ങൾ മാർക്സിന്റെ കാലത്തുതന്നെ മുതലാളിത്തോല്പാദനത്തിന്റെ പ്രധാന സവിശേഷതയായി കഴിഞ്ഞിരുന്നു. മാർക്സിന്റെ കാലത്തിനുശേഷം മുതലാളിത്ത ലോകത്തെ പരിശോധിച്ച ലെനിൻ മാർക്സിന്റെ കാലത്തേതിനേക്കാൾ എത്രയോ ഉയർന്ന രൂപത്തിൽ ഈ പ്രതിഭാസം എത്തിയതായി കണ്ടു.

ലെനിൻ പരിശോധിച്ച ലോകമുതലാളിത്തത്തിൽ ബാങ്ക് (പണമിടപാട്) മൂലധനവും ഉല്പാദക മൂലധനവും കെട്ടുപിണഞ്ഞുകിടന്നിരുന്നു. വ്യവസായ മുതലാളിമാരും ബാങ്കുമുതലാളിമാരും തമ്മിലുള്ള കൂട്ടുകെട്ട്, വ്യവസായ സ്ഥാപനങ്ങളുടെയും ബാങ്കുകളുടെയും ഓഹരികളുടെ വില്പന, അത് സംബന്ധിച്ച ഊഹക്കച്ചവടം എന്നിവ സർവസാധാരണമായി കഴിഞ്ഞിരുന്നു. അതിന്റെ അടിസ്ഥാനത്തിലാണ് ഉല്പാദന പ്രക്രിയയുമായി നേരിട്ടുബന്ധപ്പെടാതെ ഉല്പന്നങ്ങളുടെ കൈമാറ്റത്തിനുപയോഗിക്കുന്ന പ്രമാണങ്ങൾ, വ്യവസായസ്ഥാപനങ്ങളുടെയും ബാങ്കുകളുടെയും ഷെയറുകൾ എന്നിവയുടെ കാര്യത്തിൽ ഊഹക്കച്ചവടം സർവസാധാരണമായിത്തീരുന്നതെന്ന് ലെനിൻ കണ്ടു. ഉല്പാദനപ്രക്രിയയുമായി യാതൊരു ബന്ധവുമില്ലാതെ ഉല്പാദനപ്രക്രിയയിൽ നിന്നുളവാകുന്ന 'മിച്ചമൂല്യം' പങ്കിടുന്ന ഒരു ഇത്തിക്കണ്ണി

വർഗം മുതലാളിത്ത സമൂഹത്തിൽ ഉയർന്നുവന്നതായി ലെനിൻ കണ്ടു. അതിന്റെ അടിസ്ഥാനത്തിലാണ് മുതലാളിത്ത സമൂഹം അധഃപതന ദശയിൽ എത്തിക്കഴിഞ്ഞുവെന്ന നിഗമനത്തിൽ ലെനിൻ ചെന്നെത്തിയത്.

ലെനിനുശേഷവും ഈ പ്രക്രിയ മുമ്പോട്ടുപോയി. കഴിഞ്ഞ മുക്കാൽ നൂറ്റാണ്ടുകാലത്ത് മാർക്സിസ്റ്റ് – ലെനിനിസ്റ്റുകാർ നടത്തിയ ഗവേഷണത്തിന്റെ ഫലമായി ഉല്പാദകമൂലധനത്തെപ്പോലും നിയന്ത്രിക്കാൻ കെല്പുള്ള ബാങ്ക് മൂലധനം ഉയർന്നുവന്നതായി കണ്ടു. ഇന്നത്തെ മുതലാളിത്തം മാർക്സിന്റെയും ലെനിന്റെയും കാലത്തേതിൽനിന്ന് എത്രയും വ്യത്യസ്തമാണ്. പക്ഷേ ഈ വഴിക്കാണ് കാര്യങ്ങൾ നീങ്ങുന്നതെന്ന് മാർക്സിന്റെ *മൂലധനവും* ലെനിന്റെ *സാമ്രാജ്യത്വ*വും മുൻകൂട്ടി തന്നെ കണ്ടിരുന്നു. അതുകൊണ്ടാണ് ലെനിൻ സാമ്രാജ്യത്വത്തെ 'മുതലാളിത്തത്തിന്റെ അവസാനഘട്ട'മായി വിശേഷിപ്പിച്ചത്.

പണമിടപാട് മുതലാളിത്തത്തിന് മുൻപ്

'**മി**ച്ചമൂല്യ'ത്തെ 'ലാഭ'മെന്ന രൂപത്തിൽ പങ്കുവയ്ക്കുന്നതിൽ ഉല്പാദകമൂലധനത്തോടൊപ്പം വാണിജ്യമൂലധനത്തിനും പണമിടപാട് മൂലധനത്തിനുമുള്ള പങ്ക് ഇതിന് മുൻപ് വിവരിച്ചിട്ടുണ്ടല്ലോ. ഉല്പാദകനും വാണിജ്യക്കാരനും കിട്ടുന്ന ലാഭങ്ങളോടൊപ്പം പണമിടപാടുകാരന് പലിശയും കിട്ടുന്നുവെന്നതാണ് മുതലാളിത്തത്തിന്റെ സവിശേഷത. ഒരേ മുതലാളിവർഗത്തിന്റെ മൂന്ന് മുഖങ്ങളാണ് ഉല്പാദകമൂലധനവും വാണിജ്യമൂലധനവും പണമിടപാടുമൂലധനവും പ്രതിനിധാനം ചെയ്യുന്നതെന്നർഥം.

എന്നാൽ, മുതലാളിത്ത സമൂഹത്തിന്റെ ഉദ്ഭവത്തിന് മുൻപുതന്നെ പണമിടപാട് നിലവിൽവന്നിരുന്നു. ഒന്നാംവാല്യത്തിൽ വിവരിച്ചതുപോലെ, ചരക്കുകൈമാറ്റങ്ങൾ വളരുകയും അതിനുള്ള ഒരുപാധിയായി പണം പ്രത്യക്ഷപ്പെടുകയും ചെയ്തതുമുതൽ പണം കൈവശം വച്ചവരും പണത്തിന് ആവശ്യമുള്ളവരും തമ്മിൽ ഇടപാടുകൾ നടത്തിയിരുന്നു.

സ്വന്തം കൈയിലുള്ള പണം ആവശ്യക്കാർക്ക് കൊടുത്ത് അവരിൽനിന്ന് കൂടുതൽ പണം പലിശയായി വാങ്ങുന്നവർ പുരാതന ചരിത്രകാലത്ത് തന്നെ ഉണ്ടായിരുന്നു. ഗ്രീസിലും റോമിലും മറ്റും പ്രാബല്യത്തിൽവന്ന അടിമവ്യവസ്ഥ. അത് തകർന്നതിനെ തുടർന്ന് രൂപപ്പെട്ട ഫ്യൂഡൽ വ്യവസ്ഥ. ഇന്ത്യയിലെ ജാതിവ്യവസ്ഥ അതിന്റെ രൂപഭേദങ്ങളായി പലരാജ്യങ്ങളിലും നിലനിന്ന അസമത്വത്തിന്റേതായ സാമൂഹ്യവ്യവസ്ഥ എന്നിവയിലെല്ലാം മേധാവിവർഗത്തിന്റെ ഭാഗമായി പണമിടപാടുകാരൻ ഉണ്ടായിരുന്നു. പാവപ്പെട്ടവർക്കും ഇടത്തരക്കാർക്കുമെന്നപോലെ പ്രമാണിമാർക്കും കടം കൊടുത്ത് വൻതോതിൽ അവർ പലിശ വാങ്ങിയിരുന്നു.

മുതലാളിത്തത്തിന് മുൻപുള്ള സമൂഹത്തിൽ പണമിടപാടുകാരെ ചൂഷകവർഗമായി പാവപ്പെട്ടവരും പ്രമാണിമാരും ഒരുപോലെ കരുതി

യിരുന്നു. അതിന്റെ അടിസ്ഥാനത്തിലാണ് യൂറോപ്പിൽ ജൂതന്മാരും നമ്മുടെ നാട്ടിൽ ചെട്ടികളെപ്പോലുള്ള ഹുണ്ടികക്കാരും ജനരോഷ ത്തിന് ഇരയായത്.

എന്നാൽ അന്ന് പണമിടപാട് നടന്നത് അടിമത്തത്തിന്റെ, അല്ലെ ങ്കിൽ ഫ്യൂഡലിസത്തിന്റെ, അതുമല്ലെങ്കിൽ ഇന്ത്യയിലെ ജാതി–ജൻമി –നാടുവഴി മേധാവിത്വത്തിന്റെ, മറ്റ് പൗരസ്ത്യരാജ്യങ്ങളിൽ ഇതര രൂപ ങ്ങളിലുള്ള മുതലാളിത്തപൂർവ സമൂഹത്തിന്റെ, ചട്ടക്കൂടിലാണ്. അതു കൊണ്ട് വെറുക്കപ്പെട്ടിരുന്നവരാണെങ്കിലും, പണമിടപാടുകാർ അതാത് കാലത്തെ മർദ്ദന – ചൂഷണ വ്യവസ്ഥയുടെ ഭാഗമായിരുന്നില്ല. ചൂഷിതർക്കെന്നപോലെ ചൂഷകർക്കും കടംകൊടുത്ത് പലിശ വാങ്ങി യാണ് അവർ ജീവിച്ചത്. അതുകൊണ്ടുതന്നെയാണ് മുതലാളിത്ത പൂർവസമൂഹത്തിലെ ഏറ്റവും വെറുക്കപ്പെട്ട വിഭാഗമായി പണമിടപാടു കാർ മാറിയത്.

മുതലാളിത്ത സമൂഹം വന്നപ്പോഴാകട്ടെ, പുതിയ സമൂഹത്തിന്റെ തലപ്പത്തിരിക്കുന്ന ഉല്പാദകമുതലാളിയോടും വാണിജ്യമുതലാളി യോടുമൊപ്പം പണമിടപാട് മുതലാളിക്കും സ്ഥാനം കിട്ടി. ഉല്പാദക മൂലധനത്തിന്റെ ഉടമ ആദ്യം കൈവശപ്പെടുത്തുന്ന 'മിച്ചമൂല്യം' 'ലാഭ'മാക്കി മാറ്റുമ്പോൾ, അത് ഉല്പാദകമൂലധനത്തിന്റെയും വാണി ജ്യമൂലധനത്തിന്റെയും പണമിടപാട് മൂലധനത്തിന്റെയും ഉടമകൾ തമ്മിൽ സമയമായി പങ്കുവയ്ക്കുന്നു. മൂന്ന് വിഭാഗങ്ങളിലുംപെട്ട മൂലധ നോടമകൾ തമ്മിൽ സമമായ പങ്കുവയ്ക്കുമ്പോഴാണ് 'ശരാശരി ലാഭ'മുണ്ടാകുന്നത്.

ഉല്പാദകമൂലധനത്തിന്റെയും വാണിജ്യമൂലധനത്തിന്റെയും പണമിടപാട് മൂലധനത്തിന്റെയും ഉടമകൾ ഒരേ മുതലാളിവർഗത്തിന്റെ ഭാഗമാണ്. അവർ തമ്മിലുള്ള സമത്വം, അവർക്കെല്ലാം വേണ്ടി ഉൽപ്പാദ കമൂലധനത്തിന്റെ ഉടമ കൈവശപ്പെടുത്തുന്ന 'മിച്ചമൂല്യ' ('ലാഭ') ത്തിൽ പണമിടപാടുകാരനും മറ്റുള്ളവരെപ്പോലെ തന്നെ താല്പര്യം – ഇതാണ് മുതലാളിത്ത സമൂഹത്തിന്റെ മുഖമുദ്ര.

ഈ യാഥാർഥ്യത്തിൽ നിന്നാണ് ബൂർഷ്വാ അർഥശാസ്ത്രകാര ന്മാർ ഒരു കപട 'സിദ്ധാന്തം' ആവിഷ്കരിച്ചത്. തൊഴിലാളിക്ക് ന്യായ മായ കൂലി, വ്യവസായ – വാണിജ്യ മൂലധന ഉടമകൾക്ക് അവരുടെ സവിശേഷതകളോടുകൂടിയ ലാഭം, പണമിടപാടുകാരന് അല്ലെങ്കിൽ ബാങ്കർക്ക് പലിശ – ഇതെല്ലാം 'ന്യായമായ തോതിൽ' കിട്ടുന്നു. എന്തു കൊണ്ടെന്നാൽ മുതലാളിത്ത സമൂഹം സമത്വത്തിൽ അധിഷ്ഠിതമാ ണ്. വിവിധ രൂപങ്ങളിലുള്ള മുതലാളിമാരും തൊഴിലാളികളും തമ്മിൽ പൂർണ സമത്വമുള്ളതിനാൽ അവരോരോരുത്തർക്കും 'ന്യായമായ ജോലിക്ക് ന്യായമായ വേതനം' കിട്ടുന്നു.

ഈ കപട 'സിദ്ധാന്ത'ത്തിന്റെ തൊലിയുരിച്ച് കാണിക്കാനാണ് മാർക്സ് *മൂലധന*മെഴുതിയത്. ഒന്നാംവാല്യത്തിൽ വിശദീകരിച്ച

'അധ്വാനമൂല്യ'സിദ്ധാന്തവും 'മിച്ചമൂല്യ'സിദ്ധാന്തവും വഴി മുതലാളി വർഗമാകെ തൊഴിലാളിവർഗത്തെയാകെ ചൂഷണം ചെയ്യുന്നതിന്റെ നഗ്നമായ ചിത്രം വരച്ചുകാട്ടി. രണ്ടും മൂന്നും വാല്യങ്ങളിലാകട്ടെ മുതലാളിവർഗമാകെ കൈവശപ്പെടുത്തുന്ന 'മിച്ചമൂല്യം' മുതലാളിവർഗത്തിലെ വിവിധ വിഭാഗങ്ങൾ തമ്മിൽ പങ്കിട്ടെടുക്കുന്നതിന്റെ ചിത്രം മാർക്സ് വരച്ചുകാട്ടുന്നു. വ്യവസായ 'മുതലാളി', വാണിജ്യമുതലാളി, പണമിടപാട് മുതലാളി എന്ന മൂന്ന് വിഭാഗങ്ങളും ചേർന്ന് അന്യോന്യം പങ്കിട്ടെടുക്കുന്ന ചൂഷണ 'മിച്ചമൂല്യം' 'ലാഭ'വും 'പലിശ'യുമായി മാറുന്നുവെന്നർഥം.

മുതലാളിത്ത തറപ്പാട്ടം വ്യാവർത്തകവും കേവലവും

മുതലാളിത്ത സമൂഹത്തിലെ ചൂഷകവർഗത്തിന്റെ മറ്റൊരു വിഭാഗമാണ് ഭൂഉടമകൾ, അവർക്ക് കിട്ടുന്ന വരുമാനം 'ലാഭ'മോ 'പലിശ' യോ അല്ല, തറപ്പാട്ടമാണ്. അതായത്, കുത്തകാവകാശത്തോടെ തങ്ങൾ കൈവശം വയ്ക്കുന്ന ഭൂമി കൃഷിക്കോ ഖനനാദി ഉല്പാദക സംരംഭങ്ങൾക്കോ കെട്ടിടം പണിക്കോ വേണ്ടി ആവശ്യക്കാർക്ക് കൊടുക്കുന്നതിന് പ്രതിഫലമായി അവർ കൈവശപ്പെടുത്തുന്ന വരുമാനത്തിന്റെ പേരാണ് തറപ്പാട്ടം.

പണമിടപാടും പലിശയുമെന്നപോലെ ഭൂസ്വത്തിലെ സ്വകാര്യ സ്വത്തുടമയും അതിന് പ്രതിഫലമായി വാങ്ങുന്ന പാട്ടവും മുതലാളിത്തപൂർവ സമൂഹത്തിലുമുണ്ടായിരുന്നു. എന്നുമാത്രമല്ല പണമിടപാടുകാരിൽനിന്ന് വ്യത്യസ്തമായി ചൂഷണ വ്യവസ്ഥയുടെ തലപ്പത്തിരിക്കുന്ന വർഗമായിരുന്നു മുതലാളിത്ത പൂർവ ഭൂഉടമകൾ.

യൂറോപ്യൻ ഫ്യൂഡലിസത്തിൽനിന്ന് വ്യത്യസ്തമായി കേരളത്തിലെ ഫ്യൂഡലിസത്തെ 'ജാതി-ജൻമി-നാടുവാഴി മേധാവിത്വം' എന്ന് വിളിക്കാറുണ്ടല്ലോ. മേൽജാതികളും ജൻമിമാരും നാടുവാഴികളും മേധാവിയും വഹിച്ച അന്നത്തെ ഭൂഉടമകൾ സമൂഹത്തിന്റെ ഭാഗമായിരുന്നു. നാടുവാഴി പ്രഭുക്കന്മാർക്ക് കപ്പം അല്ലെങ്കിൽ നികുതി, ജൻമിമാർക്ക് പാട്ടം - മേൽജാതിക്കാർക്ക് കീഴ്‌വഴങ്ങി ജീവിക്കാൻ കീഴ്ജാതിക്കാർക്കുള്ള ബാധ്യത - ഇതെല്ലാം ചേർന്നതായിരുന്നു അന്നത്തെ സാമൂഹ്യവ്യവസ്ഥ. അതിന്റെ ഭാഗമായിട്ടാണ് ജൻമിമാർക്ക് പാട്ടം, രാജാക്കന്മാർക്ക് നികുതി, എന്നിവ കൊടുത്തുപോന്നത്. (സാമൂഹ്യവും സാംസ്കാരികവുമായ ജീവിതത്തിലാകട്ടെ മേൽജാതിക്കാർക്ക് കീഴ്‌വഴങ്ങി ജീവിക്കാൻ കീഴ്ജാതിക്കാർ നിർബന്ധിക്കപ്പെട്ടിരുന്നു.)

ഈ വ്യവസ്ഥ തകർന്ന് മുതലാളിത്തത്തിന്റേതായ സാമൂഹ്യ - സാമ്പത്തിക ബന്ധങ്ങൾ രൂപപ്പെട്ടപ്പോൾ മുതലാളിത്ത പൂർവ സമൂഹ

ത്തിൽ നിലവിലുണ്ടായിരുന്ന പാട്ടത്തിന് രൂപഭേദം വന്നു. എന്തുകൊണ്ടെന്നാൽ, മുതലാളിത്ത പൂർവ സമൂഹത്തിലെ ഭൂഉടമകൾക്കുണ്ടായിരുന്ന ഭൂസ്വാമിത്വം (ഭൂസ്വത്തിൻമേൽ അവർക്കുണ്ടായിരുന്ന കുത്തകാവകാശം) നഷ്ടപ്പെട്ടു. മറ്റു ഉല്പാദനോപാധികളോടൊപ്പം ഭൂമിയും ഒരു ചരക്കെന്ന നിലയ്ക്ക് വിൽക്കുകയും വാങ്ങുകയും ചെയ്യാൻ തുടങ്ങി. ഉല്പാദകമൂലധനത്തിന്റെയും വാണിജ്യ മൂലധനത്തിന്റെയും ഉടമകൾ എന്നപോലെ ഭൂമിയുടെ ഉടമകളും മുതലാളിവർഗത്തിന്റെ ഒരു വിഭാഗമായി മാറി.

അധ്വാനശക്തി ഒരു ചരക്കായി മാറിയപ്പോൾ അതിന്റെ കാര്യത്തിൽ കൊള്ളക്കൊടുക്കലുകൾ നടന്നിട്ടാണല്ലോ 'മിച്ചമൂല്യ'മുണ്ടായത്. അതുപോലെ മുതലാളിത്ത സമൂഹത്തിന്റെ ഉദയത്തോടുകൂടി ഭൂസ്വത്തും ഒരു ചരക്കായിമാറി. പണത്തെ മാധ്യമമാക്കി ഭൂമിയുടെ കൊള്ളക്കൊടുക്കലുകൾ നടന്നു. അങ്ങനെ അധ്വാനശക്തിക്കെന്നപോലെ ഭൂസ്വത്തിനും 'വില'യുണ്ടായി. ഭൂസ്വത്തുപയോഗിച്ച് കൃഷിയോ ഖനനമോ മറ്റ് ഉപയോഗപ്രദമായ ജോലിയോ നടത്തുന്നതിന് ഭൂമി ആവശ്യമുള്ളവർ അതിന് 'വില' കൊടുക്കണമെന്ന് വന്നു. അങ്ങനെ 'വില' കൊടുത്ത് ഭൂമി കൈവശപ്പെടുത്തുന്ന ഉല്പാദക മുതലാളി കിട്ടിയ ഭൂമി ഉപയോഗിച്ച് കൃഷിയോ ഖനനമോ മറ്റ് ഉല്പാദനമേഖലകളോ വളർത്തിയെടുക്കുക മാത്രമല്ല, വാടകയ്ക്ക് കൊടുക്കാൻ വീടുകൾ പണിയുക, മുതലായ സംരംഭങ്ങളിൽ ഏർപ്പെട്ടു.

പക്ഷേ അതിന് ഭൂഉടമയ്ക്ക് ഒരു 'വില' കൊടുക്കാൻ ഉൽപ്പാദകരും ഉപഭോക്താക്കളും നിർബന്ധിക്കപ്പെട്ടു. ഈ സാഹചര്യത്തിലാണ് മുതലാളിത്ത സമൂഹത്തിൽ തറപ്പാട്ടമുണ്ടാവുന്നതെന്ന് മാർക്സ് ചൂണ്ടിക്കാണിക്കുന്നു. മൂന്നാംവാള്യത്തിലെ ആറാംഭാഗം മുഴുവൻ ഇത് വിശദീകരിക്കുന്നതിനാണ് മാർക്സ് ഉപയോഗിക്കുന്നത്. 37 തൊട്ട് 47 വരെയുള്ള അധ്യായങ്ങളായി വിഭജിക്കപ്പെട്ട ആ ഭാഗം തന്നെ മുന്നൂറു പേജിൽ താഴെവരും. ആദംസ്മിത്ത്, റിക്കാർഡൊ തുടങ്ങിയ ബൂർഷ്വാ അർഥശാസ്ത്രകാരൻമാർ വിശദീകരിക്കാൻ ശ്രമിച്ച 'തറപ്പാട്ട' സിദ്ധാന്തത്തിന്റേതായ രൂപഭാവങ്ങൾ നൽകുകയാണ് ഈ പത്ത് അധ്യായങ്ങളിലായി മാർക്സ് ചെയ്യുന്നത്.

ആറാംഭാഗത്തിന്റെ തലക്കെട്ട് ശ്രദ്ധേയമാണ്: 'തറപ്പാട്ടത്തിലേക്കുള്ള മിച്ചലാഭത്തിന്റെ രൂപപരിവർത്തനം.'

'ശരാശരിലാഭ'മാണല്ലോ മുതലാളിത്തത്തിന്റെ സ്വാഭാവികനയം. ഉല്പാദക മുതലാളിക്കും വാണിജ്യമുതലാളിക്കും പണമിടപാടുകാരനും തമ്മിൽ 'മിച്ചമൂല്യം' ('ലാഭ'ത്തിന്റെ രൂപത്തിൽ) പങ്കുവയ്ക്കുമ്പോൾ 'ശരാശരിലാഭം' ഉണ്ടാകുന്നുണ്ടല്ലോ. എന്നാൽ, 'ശരാശരിലാഭ'ത്തെക്കാൾ കവിഞ്ഞ് 'മിച്ചലാഭ'മുണ്ടാകുന്ന ചില ഉല്പാദനമേഖലകൾ ഉണ്ടെന്ന് മാർക്സ് നേരത്തെ ചൂണ്ടിക്കാണിച്ചിരുന്നു. അതിനുള്ള കാരണങ്ങളിൽ ഒന്ന് ചില ഉല്പാദനമേഖലകളിൽ അതാതിന്റെ

മൂലധന ഉടമയ്ക്ക് കുത്തകാധിപത്യം സ്ഥാപിക്കാൻ കഴിയുന്നു എന്ന താണ്.

അതുപോലുള്ള കുത്തകാധിപത്യം ഭൂസ്വത്തിന്റെ മേഖലയിൽ – ഭൂസ്വത്ത് ഉപയോഗിക്കുന്നത് കൃഷിക്കായാലും ഖനനത്തിനായാലും വീടുണ്ടാക്കുന്നതിനായാലും മറ്റെന്തിനായാലും അതിന്റെ ഉടമയ്ക്ക് കുത്തകയുണ്ട്. അതുകൊണ്ട് മുതലാളിത്ത സമൂഹത്തിലാകെ നിലവി ലിരിക്കുന്ന ശരാശരിയെക്കാൾ കവിഞ്ഞ ലാഭം മുതലാളിത്ത സമൂഹ ത്തിലെ ഭൂ ഉടമസ്ഥന് കിട്ടുന്നു. അതിനെയാണ് മുതലാളിത്ത സമൂഹ ത്തിലെ തറപ്പാട്ടമെന്ന് മാർക്സ് വിളിക്കുന്നത്.

മറ്റ് വിഭാഗങ്ങളിൽപ്പെട്ട മൂലധനോടമകൾക്കില്ലാത്ത കുത്തകാവ കാശം ഭൂസ്വത്തിന്റെ രൂപത്തിലുള്ള മൂലധന ഉടമയ്ക്ക് ഉണ്ടെന്നതിൽ നിന്നാണ് മുതലാളിത്ത സമൂഹത്തിലെ തറപ്പാട്ടം ഉത്ഭവിക്കുന്നതെന്ന് മാർക്സ് ചൂണ്ടിക്കാണിക്കുന്നു.

തുടർന്ന് മുതലാളിത്ത തറപ്പാട്ടത്തിന് രണ്ടംശങ്ങളുണ്ടെന്ന് മാർക്സ് എടുത്തുപറയുന്നു – വ്യാവർത്തകപ്പാട്ടവും കേവലപ്പാട്ടവും. ഇതിന്റെ അപഗ്രഥനത്തിലാണ് *മൂലധന*ത്തിന്റെ മൂന്നാം വാല്യത്തിലെ ആറാം ഭാഗം മുഴുവൻ മാർക്സ് ഉപയോഗിക്കുന്നത്. ഇക്കാര്യത്തി ലുള്ള മാർക്സിസ്റ്റ് സിദ്ധാന്തം പിന്നീട് കൗത്സ്കിയും ലെനിനും വിസ്തരിച്ച് വിശദീകരിക്കുകയുണ്ടായി.

മുതലാളിത്ത തറപ്പാട്ടത്തിന് രണ്ടംശങ്ങളുണ്ട് – വ്യാവർത്തകപ്പാ ട്ടം, കേവലപ്പാട്ടം. ഇതിലാദ്യത്തേത് മുതലാളിത്ത സമൂഹത്തിന്റെ അഭേദ്യഭാഗമായ അന്യോന്യ മത്സരത്തിൽ നിന്ന് ഉളവാകുന്നതാണ്. മുതലാളിത്ത സമൂഹത്തിൽ അത് ഇല്ലാതാക്കാൻ കഴിയുകയില്ല. എന്നാൽ രണ്ടാമത്തേത് – കേവലപ്പാട്ടം – മുതലാളിത്ത സമൂഹം നില നിൽക്കുമ്പോൾതന്നെ ഇല്ലാതാക്കാൻ കഴിയും. അതിനുള്ള മാർഗം ഭൂസ്വത്തിലുള്ള സ്വകാര്യ ഉടമ അവസാനിപ്പിച്ച് ദേശവൽക്കരണം നട പ്പിലാക്കുകയാണ്. അതുകൊണ്ടാണ് മാർക്സും എംഗൽസും കൂടി എഴുതി പ്രസിദ്ധീകരിച്ച *കമ്യൂണിസ്റ്റ് മാനിഫെസ്റ്റോ*വിൽ ഭൂസ്വത്തിന്റെ ദേശവൽക്കരണം വിഭാവനം ചെയ്തത്.

പക്ഷേ ഭൂസ്വത്തിന്റെ ദേശവൽക്കരണത്തിലൂടെ കേവലപ്പാട്ടം ഇല്ലാതാക്കിയാൽപോലും വ്യാവർത്തകപ്പാട്ടം തുടരും. എന്നാൽ ദേശ വൽക്കരണത്തെ തുടർന്ന് വ്യാവർത്തകപ്പാട്ടം കൈവശപ്പെടുത്താൻ സ്വകാര്യസ്വത്തുടമകൾക്ക് അവകാശമില്ലാതാവും. വ്യാവർത്തകപ്പാട്ടം സമൂഹത്തിന്റെ പൊതുസ്വത്താകും.

ഭൂമിയുടെ ഉൽപ്പാദനക്ഷമതയെ ആസ്പദമാക്കി പലതരം ഭൂസ്വ ത്തുക്കളുണ്ട്. അതനുസരിച്ച് കൂടുതൽ ഉൽപ്പാദനക്ഷമതയുള്ള ഭൂമിക്ക് ഉൽപ്പാദനക്ഷമത കുറഞ്ഞ ഭൂമിയെക്കാൾ ആദായമുണ്ടാകും. ഇവിടെ ഉൽപ്പാദനക്ഷമത എന്ന് പറയുന്നതിൽ വെറും ഉൽപ്പാദനക്കഴിവ് മാത്ര മല്ല. വിപണന സൗകര്യം തൊട്ട് മറ്റുപല ഘടകങ്ങളും കൂടി ഉൾപ്പെടു

ന്നു. ഉൽപ്പാദിപ്പിക്കപ്പെടുന്ന ചരക്ക് വിറ്റ് പണമാക്കുമ്പോൾ കിട്ടുന്ന അധികമൂല്യത്തെ ആസ്പദമാക്കിയാണ് ഭൂമിയെ തരംതിരിക്കുന്നത്.

ഇത് സംബന്ധിച്ച സവിസ്തരമായ ഉദാഹരണങ്ങൾ എടുത്ത് പറയുന്ന മാർക്സ് വ്യാവർത്തകപ്പാട്ടത്തിന്റെ വിവിധ രൂപങ്ങളും വശങ്ങളും എടുത്തുകാണിക്കുന്നു. എന്നിട്ടദ്ദേഹം ചെന്നെത്തുന്ന നിഗമനം ഇതാണ്: ഉൽപ്പാദനക്ഷമതയും വിപണന സൗകര്യവും മറ്റു പ്രസക്ത ഘടകങ്ങളും ചേർന്ന് ഏറ്റവും കുറഞ്ഞ ഉൽപ്പാദനക്ഷമതയുള്ള ഭൂമിക്ക് പാട്ടമില്ല; അതിനേക്കാൾ കൂടുതലുള്ളതിന് കൂടുതൽ കിട്ടുന്ന ആദായം മുഴുവൻ പാട്ടം; അതിലും കൂടുതൽ ഉൽപ്പാദനക്ഷമതയിലുള്ളതിന് അതിലും കൂടുതൽ പാട്ടം. ഈ തോതിൽ പാട്ടം ഉയർന്നുവരുന്നതിന്റെ ഒരു ചിത്രം മാർക്സ് വരച്ചുകാട്ടിയിട്ടുണ്ട്. ഇതിനെയാണ് അദ്ദേഹം 'വ്യാവർത്തകപ്പാട്ടം' എന്നു വിളിക്കുന്നത്.

ഉൽപ്പാദനക്ഷമത കൂടുതലുള്ള ഭൂമി കൈവശപ്പെടുത്താൻ കാർഷിക മുതലാളിമാർക്ക് വ്യഗ്രതയുണ്ടാവും. അത് അവർ തമ്മിൽ മത്സരത്തിനിടയാക്കും. അങ്ങനെ ശരാശരിയെക്കാൾ സ്വൽപ്പം ഉയർന്ന ലാഭംകിട്ടാൻ കാർഷിക മുതലാളിമാർ തമ്മിൽ മത്സരം നടക്കും. ഇതാണ് വ്യാവർത്തകപ്പാട്ടത്തിന്റെ അടിസ്ഥാനം. കേവലപ്പാട്ടമാകട്ടെ, ഭൂസ്വത്തിൻമേലുള്ള കുത്തകാവകാശത്തെ ആസ്പദമാക്കിയതാണ്. ഉൽപ്പാദനക്ഷമത ഏറ്റവും കുറഞ്ഞ ഭൂമിക്ക് പോലും പാട്ടം ഈടാക്കാൻ ഭൂസ്വത്തിൽ കുത്തകാവകാശമുള്ള മുതലാളിത്ത ഭൂഉടമയ്ക്ക് കഴിയുന്നു. ഇതാണ് കേവലപ്പാട്ടം.

അപ്പോൾ മുതലാളിത്തതറപ്പാട്ടം സംബന്ധിച്ച മാർക്സിസ്റ്റ് സിദ്ധാന്തം ഇങ്ങനെ വിവരിക്കാം: ഭൂസ്വത്തിന്റെ ദേശവൽക്കരണത്തിലൂടെ കേവലപ്പാട്ടം ഇല്ലാതാക്കുകയും വ്യാവർത്തകപ്പാട്ടം സ്വകാര്യ ഭൂഉടമയുടെ കൈവശം വരുന്നതിന് പകരം അത് സമൂഹത്തിന്റെ പൊതുസ്വത്താക്കുകയും ചെയ്തു. ഈ പരിവർത്തനം സോഷ്യലിസമല്ല. ബൂർഷ്വാ സാമൂഹ്യവ്യവസ്ഥ യാഥാർഥ്യമാക്കി തീർക്കലാണ്. പക്ഷേ ഭൂസ്വത്തിന്മേലുള്ള കുത്തകാവകാശം അവസാനിപ്പിച്ച് ദേശവൽക്കരണം നടപ്പിലാക്കിയാൽ അത് മുതലാളിത്ത ഭൂവുടമകൾ അടക്കമുള്ള ബൂർഷ്വാസിയുടെ വർഗതാൽപര്യങ്ങൾക്കെതിരായിത്തീരും. ബൂർഷ്വാസി അതിനെ സർവശക്തിയും ഉപയോഗിച്ച് എതിർക്കും. ബൂർഷ്വാ സമൂഹത്തിലെ പ്രമാണിവർഗത്തിനെതിരായ സമരത്തിലൂടെ മാത്രമേ ഭൂസ്വത്തിന്റെ ദേശവൽക്കരണനയം നടപ്പിലാക്കാൻ കഴിയുകയുള്ളൂ.

ഭൂസ്വത്തിന്റെ വില

അധ്വാനശക്തിയടക്കം മറ്റെല്ലാ വസ്തുക്കളെയുമെന്നപോലെ ഭൂസ്വത്തിനേയും ഒരു ചരക്കായി മാറ്റിയിരിക്കുന്നതാണ് മുതലാളിത്ത സമൂഹത്തിന്റെ സവിശേഷത. ഭൂസ്വത്തിന്റെ ഉടമസ്ഥന്മാർ തങ്ങളുടെ കൈയിലുള്ള സ്വത്തിന്റെ ഒരു ഭാഗമോ മുഴുവൻ തന്നെയുമോ ഉൽപ്പാദനപ്രക്രിയക്കോ മറ്റെന്തെങ്കിലും ആവശ്യങ്ങൾക്കോ ഭൂമി കിട്ടണമെന്നാഗ്രഹിക്കുന്നവർക്ക് വില പറഞ്ഞ് വിൽക്കുന്നു; ഭൂസ്വത്ത് കൈവശം ഇല്ലാത്തവരും അത് കൈവശം കിട്ടാൻ ആഗ്രഹിക്കുന്നവരും ഭൂസ്വത്ത് ഉടമസ്ഥരിൽനിന്ന് അത് വാങ്ങുന്നു. മുതലാളിത്ത രീതിയിൽ ഉല്പാദനം നടത്തുന്നതിന് ഭൂമി ആവശ്യമുള്ളവരും ഭൂഉടമസ്ഥരിൽ നിന്ന് ഭൂമി വിലയ്ക്ക് വാങ്ങുന്നു. ഇത്തരത്തിലുള്ള ഭൂമി കൈമാറ്റങ്ങളെ ആസ്പദമാക്കിയാണ് കാർഷികോല്പാദനവും ഖനനപ്രക്രിയയും വീടുവയ്ക്കലും മറ്റും നടക്കുന്നത്.

ഇത്തരം കൊള്ളക്കൊടുക്കലുകൾ ഭൂസ്വത്തിന്റെ കാര്യത്തിൽ നടക്കുന്നതിന് അടിസ്ഥാനമെന്താണ്? ഈ ചോദ്യത്തിന് ഉത്തരം കാണണമെങ്കിൽ മാർക്സ് ആവിഷ്കരിക്കുന്ന മുതലാളിത്ത തറപ്പാട്ടത്തിന്റെ സിദ്ധാന്തം മനസിലാക്കണം. രൊക്കം പണം കൊടുത്ത് കൈവശപ്പെടുത്തിയ ഭൂമിയിൽ അധ്വാനശക്തിയുടെ ഉടമസ്ഥനായ കാർഷിക തൊഴിലാളിയെക്കൊണ്ട് പണിയെടുപ്പിച്ച് 'മിച്ചമൂല്യ'മുണ്ടാക്കി അത് 'ലാഭ'മാക്കി മാറ്റുമ്പോൾ കിട്ടുന്ന ശരാശരിലാഭവും ഭൂസ്വത്തിനുമേലുള്ള കുത്തകാവകാശം നിമിത്തമുണ്ടാകുന്ന അധികലാഭവും ചേർന്ന സംഖ്യയാണ് മുതലാളിത്ത രീതിയിൽ കൃഷിചെയ്യുന്ന കർഷകനിൽ നിന്ന് ഭൂഉടമ പാട്ടമായി പിരിക്കുന്നത്. (ആ പാട്ടസംഖ്യയിൽ വ്യാവർത്തകപ്പാട്ടവും കേവലപ്പാട്ടവും വെവ്വേറെ പ്രത്യക്ഷപ്പെടുന്നില്ല. രണ്ടും ചേർന്ന മൊത്തം പാട്ടമാണ് കാർഷികമുതലാളിയിൽനിന്ന് ഭൂ ഉടമ വിലയ്ക്കു വാങ്ങുന്നത്).

അപ്പോൾ കൊള്ളക്കൊടുക്കലിൽ വിധേയമായ ഭൂസ്വത്തിൽനിന്ന് ഈടാക്കാൻ കഴിയുന്ന മൊത്തം പാട്ടത്തെ ആസ്പദമാക്കിയാണ് ഭൂസ്വ

ത്തിന്റെ വില നിർണയിക്കുന്നത്. ഓരോ തവണ കൊള്ളക്കൊടുക്കലുകൾ നടക്കുമ്പോഴും ആ ഭൂസ്വത്തിൽ അതേവരെ നടത്തിയ നിക്ഷേപത്തിന്റെ അടിസ്ഥാനത്തിൽ വ്യാവർത്തകപ്പാട്ടവും കേവലപ്പാട്ടവും ചേർന്ന മൊത്തം പാട്ടം കണക്കാക്കുന്നു. ആ സംഖ്യ പലിശക്ക് കൊടുത്താൽ എന്ത് സംഖ്യകിട്ടുമോ അതാണ് ആ ഭൂസ്വത്തിന്റെ വില.

അതായത്, അനുസ്യൂതം നടക്കുന്ന മൂലധനനിക്ഷേപത്തിന്റെ ഫലമായി ഭൂസ്വത്തിൻമേലുണ്ടാകുന്ന ഉൽപ്പദാനക്ഷമതാവർധനവ്, അതിന്റെ പ്രതിഫലനമായ വ്യാവർത്തകപ്പാട്ടം, ഭൂസ്വത്തിൻമേലുള്ള കുത്തകാവകാശം നിമിത്തം മുതലാളിത്ത ഭൂ ഉടമ പിരിക്കുന്ന കേവലപ്പാട്ടം എന്നിവയെ കണക്കാക്കിയാണ് ഭൂസ്വത്തിന്റെ കൊള്ളക്കൊടുക്കലുകൾക്ക് വില നിശ്ചയിക്കുന്നത്.

ഭൂസ്വത്തിന്മേൽ ഓരോ തവണ നടത്തുന്ന നിക്ഷേപവും അതിന്റെ ഉല്പാദനക്ഷമത വർധിപ്പിക്കുന്നു. അപ്പോൾ വ്യാവർത്തകപ്പാട്ടവും കൂടുന്നു. അത് കൈവശപ്പെടുത്താനുള്ള അവകാശം മുതലാളിത്ത ഭൂ ഉടമയ്ക്കാണ്. അതും കേവലപ്പാട്ടം ചുമത്താനുള്ള അവകാശവുമുപയോഗിച്ച് കിട്ടുന്നതും ചേർന്നതാണ് മുതലാളിത്ത ഭൂഉടമ വില നിശ്ചയിക്കുന്നത്.

തന്റെ കൈയിലുള്ള ഭൂസ്വത്ത് മറ്റാർക്കും കൊടുക്കാതെ മുതലാളിത്ത ഭൂവുടമ സ്വന്തം കൈയിൽ വച്ചാൽ അതിൻമേലുള്ള വ്യാവർത്തകപ്പാട്ടവും കേവലപ്പാട്ടവും ചേർന്ന മൊത്തം പാട്ടം അയാൾക്ക് തന്നെ കിട്ടുന്നു. ഭൂസ്വത്ത് വിൽക്കുമ്പോഴാകട്ടെ, മൊത്തം പാട്ടം കൈവശപ്പെടുത്താനുള്ള അവകാശം പുതിയ ഉടമയ്ക്ക് കിട്ടുന്നു.

അതായത് ഉൽപ്പാദനക്ഷമതാവർധനവിന്റെ ഗുണഫലം അനുഭവിക്കുന്നത് മുതലാളിത്ത സമൂഹം ആകെയല്ല. അതിന്റെ തലപ്പത്തിരിക്കുന്ന ബൂർഷ്വാവർഗത്തിന്റെ ഉൾപ്പിരിവുകളിൽ ഒന്നായ മുതലാളിത്ത ഭൂഉടമയെന്ന ഒരു ഇത്തിൾക്കണ്ണി സംഘമാണ്.

മുതലാളിത്ത സമൂഹത്തിലെ മറ്റെല്ലാ വിഭാഗങ്ങളും ഉല്പാദനപ്രക്രിയയിൽ സജീവം പങ്കുകൊള്ളുന്നു. അധ്വാനശക്തിയുടെ ഉടമയായ തൊഴിലാളി 'മിച്ചമൂല്യ'മടക്കമുള്ള പുതിയ ഉൽപ്പന്നം സൃഷ്ടിക്കുന്നു; മൂലധനത്തിന്റെ ഉടമ ആദ്യം മൂലധനമിറക്കി 'മിച്ചമൂല്യ'മുണ്ടാക്കി അത് തട്ടിയെടുക്കുന്നു. അയാളുടെ ആ പ്രവൃത്തിയിൽ ഓരോതരത്തിൽ സഹായങ്ങൾ നൽകുന്നവരാണ് വാണിജ്യമൂലധനത്തിന്റെയും പണമിടപാടുമൂലധനത്തിന്റെയും ഉടമകൾ.

വാണിജ്യമൂലധനവും പണമിടപാട് മൂലധനവും ഇല്ലായിരുന്നെങ്കിൽ അവർ ഇറക്കുന്ന മൂലധനത്തുകകൾ കൂടി ഉൽപ്പാദകമൂലധനത്തിന്റെ ഉടമ ഉണ്ടാക്കണമായിരുന്നു. ആ നിലയ്ക്ക് അവർ ഉൽപ്പാദനപ്രക്രിയയെ നേരിട്ടോ പരോക്ഷമായെങ്കിലുമോ സഹായിക്കുന്നു. അത്തരമൊരു സഹായവും നൽകിയിട്ടല്ല മുതലാളിത്ത സമൂഹത്തിലെ ഭൂഉടമ തറപ്പാട്ടം വാങ്ങുന്നത്. ആ അർഥത്തിൽ മുതലാളിത്ത സമൂഹത്തിനകത്തെ ഒരു ഇത്തിൾക്കണ്ണി വിഭാഗമാണ് തറപ്പാട്ടം വാങ്ങുന്ന മുതലാളിത്ത ഭൂഉടമ.

ഇതിനുമുമ്പ് വ്യക്തമാക്കിയതുപോലെ, മുതലാളിത്ത ഭൂഉടമ ഇന്ന് പിരിക്കുന്ന തറപ്പാട്ടത്തിലെ 'കേവലപ്പാട്ട'മെന്ന അംശം ഇല്ലാതാക്കുകയും വ്യാവർത്തകപ്പാട്ടം സമൂഹത്തിന്റെ പൊതു സ്വത്താകുകയും ചെയ്താൽ – അതാണല്ലോ ഭൂസ്വത്തിന്റെ ദേശവൽക്കരണത്തിന്റെ അർഥം – മുതലാളിത്ത ഭൂവുടമകൾ തറപ്പാട്ടത്തിന്റെ രൂപത്തിൽ പിരിക്കുന്ന സംഖ്യമുഴുവൻ സാമൂഹ്യപുരോഗതിക്ക് ഉപയോഗിക്കാൻ കഴിയും.

ദേശവൽക്കരണ മുദ്രാവാക്യത്തിലെ വൈരുധ്യവും പരിഹാരവും

ക*മ്യൂണിസ്റ്റ് മാനിഫെസ്റ്റോ*വിൽ പൊതുജനാധിപത്യാവശ്യമായി ഉന്നയിച്ച ഭൂസ്വത്തിന്റെ ദേശവൽക്കരണമെന്ന കാഴ്ചപ്പാടിന് അക്കാദമീയമായ അടിത്തറ ഇടുകയാണല്ലോ മാർക്സിന്റെ *മൂലധനം* മൂന്നാംവാള്യത്തിൽ വിവരിച്ച തറപ്പാട്ടസിദ്ധാന്തം ചെയ്തത്. എന്നാൽ ഈ തറപ്പാട്ട സിദ്ധാന്തത്തിൽ ഒരു ആന്തരിക വൈരുധ്യമുണ്ട്.

മറ്റ് മേഖലകളിൽ എന്നപോലെ കൃഷിയിലും ഖനനത്തിലും ഭൂസ്വത്തിനെ ആസ്പദമാക്കിയ മറ്റ് മേഖലകളിലും, മുതലാളിത്തത്തിന്റെ ഉല്പാദനരീതി ആധിപത്യം സ്ഥാപിച്ചുകഴിഞ്ഞുവെന്ന അടിസ്ഥാനത്തിലാണ് മാർക്സ് തറപ്പാട്ടത്തിന്റെ പ്രശ്നം പരിശോധിക്കുന്നത്. ഉല്പാദകമൂലധനത്തിന്റെയോ വാണിജ്യമൂലധനത്തിന്റെയോ പണമിടപാട് മൂലധനത്തിന്റെയോ ഉടമയല്ലാതെ മുതലാളിത്ത ഭൂവുടമ സമൂഹത്തിൽ ആധിപത്യം വഹിക്കുന്നുവെന്നർഥം. മുതലാളിത്ത സമൂഹത്തിലെ പ്രമാണി വർഗത്തിൽ മറ്റുള്ളവർക്കില്ലാത്ത ഒരു മെച്ചം മുതലാളിത്ത ഭൂവുടമയ്ക്കുണ്ട്: ഭൂസ്വത്തിന്റെ രൂപത്തിലുള്ള മൂലധനത്തിന്റെ ഉടമയാണ് അയാൾ. അതുകൊണ്ട് തറപ്പാട്ടത്തിന്റെ രണ്ട് രൂപങ്ങളായ വ്യാവർത്തകവും കേവലവുമായ പാട്ടങ്ങൾ സ്വന്തമാക്കാൻ മുതലാളിത്ത ഭൂഉടമയ്ക്ക് കഴിയുന്നു. അതില്ലാതാക്കലാണ് ഭൂസ്വത്ത് ദേശവൽക്കരണത്തിന്റെ ലക്ഷ്യം.

എന്നാൽ ഭൂസ്വത്തിന്റെ ഉടമകളിൽ രണ്ട് വിഭാഗങ്ങളുണ്ട്. മാർക്സിന്റെ പരിശോധനയ്ക്ക് വിധേയമായ മുതലാളിത്ത ഭൂവുടമയാണ് ഒന്ന്. അയാൾ ഭൂസ്വത്തുപയോഗിച്ചുകൊണ്ടുള്ള ഉല്പാദനപ്രക്രിയയിൽ നേരിട്ടോ പരോക്ഷമായോ യാതൊരു പങ്കും വഹിക്കുന്നില്ല. കാർഷികരംഗത്ത് മുതലാളിത്ത രീതിയിൽ ഉൽപ്പാദനപ്രക്രിയയിൽ പങ്കെടുക്കുന്ന മുതലാളിയിൽ നിന്ന് തറപ്പാട്ടം പിരിക്കുകമാത്രമാണയാൾ ചെയ്യുന്നത്. അയാളെ സ്ഥാനഭ്രഷ്ടനാക്കിയാൽ മുതലാളിത്ത സമൂഹത്തിന്റെ ഉല്പാദനപ്രക്രിയക്ക് ഒരു കോട്ടവും തട്ടുകയില്ല.

ഇവർക്കുപുറമേ മറ്റൊരു വിഭാഗവും കാർഷികവൃത്തിയിൽ ഏർപ്പെടുന്നുണ്ട്. അവർ സ്വന്തം ഭൂമിയിൽ കൃഷിചെയ്യുന്നു. അതിൽ നിന്നുകിട്ടുന്ന ആദായം സ്വയം ഉപയോഗിക്കുന്നു. ആ ആദായത്തിന്റെ ഭാഗമായി തങ്ങൾ കൃഷിചെയ്യുന്ന ഭൂമിയിൽ ഉണ്ടാകുന്ന ഉല്പാദന വർധനവ് അവർ സ്വയം അനുഭവിക്കുന്നു. അവരുടെ കാര്യത്തിലും വ്യാവർത്തക രൂപത്തിലുള്ള തറപ്പാട്ടമുണ്ട്. പക്ഷേ അത് അവർ തന്നെ എടുക്കുകയാണ്. പണിയെടുക്കുന്ന കൃഷിക്കാർതന്നെ കൃഷിയിടത്തിന്റെ ഉടമസ്ഥന്മാർകൂടി ആകയാൽ അവർ ആർക്കും കേവലപ്പാട്ടം കൊടുക്കേണ്ടതില്ല. സ്വയം പണിയെടുക്കുമ്പോൾ കണക്കാക്കുന്ന കൂലി, ഉൽപ്പാദനവർധനവിന്റെ ഫലമായി ഉണ്ടാകുന്ന അധികവരുമാനം, എന്നിവ രണ്ടും ചേർന്നതാണ് അവരുടെ മൊത്തം വരുമാനം.

അതുകൊണ്ട് തങ്ങൾ കൃഷിചെയ്യുന്ന സ്ഥലത്തിന്റെ ഉടമാവകാശം നിലനിർത്താൻ അവർ ആഗ്രഹിക്കുന്നു. അവരുടെ ലക്ഷ്യം 'കൃഷിഭൂമി കൃഷിക്കാരന്' എന്നതാണ്, ഭൂസ്വത്തിന്റെ ദേശവൽക്കരണമല്ല, അതിന്റെ പുനർവിഭജനമാണ് അവർ ലക്ഷ്യം വയ്ക്കുന്നത്.

എന്നാൽ ഇത് *മൂലധന*മെഴുതിയ മാർക്സിന്റെ ശ്രദ്ധയിൽപെട്ടില്ല. ദേശവൽക്കരണത്തിൽ തന്നെയാണ് അദ്ദേഹം ഊന്നിനിന്നത്. അദ്ദേഹം അന്തരിച്ചതിനുശേഷം എംഗൽസ് ആണ് കർഷക ജനസാമാന്യത്തിന് ഭൂസ്വത്തിനോടുള്ള ആഭിമുഖ്യം ഒരു പ്രധാന പ്രശ്നമായി ആദ്യം കണ്ടത്. എംഗൽസിന്റെ ആ നിരീക്ഷണത്തെ പോഷിപ്പിച്ച്, ലെനിൻ 'കൃഷിഭൂമികൃഷിക്കാർക്ക്' എന്ന മുദ്രാവാക്യം ഉയർത്തിക്കൊണ്ടുവരികയും പ്രാവർത്തികമാക്കുകയും ചെയ്തു.

പക്ഷേ, ലെനിന്റെ കാഴ്ചപ്പാട് അനുസരിച്ചും ഭൂസ്വത്തിന്റെ ദേശവൽക്കരണം താത്വികതലത്തിൽ പ്രസക്തമായ പ്രശ്നമാണ്. പക്ഷേ അതിന്റെ ഉള്ളടക്കം വൻകിട ഭൂഉടമകളുടെ കുത്തകാധിപത്യം അവസാനിപ്പിച്ച് അവരുടെ കൈയിലുള്ള ഭൂസ്വത്തുക്കളും ഉല്പാദനോപകരണങ്ങളും കൃഷിക്കാർക്ക് നൽകലാണ്. ആ രൂപത്തിലുള്ള കാർഷിക വിപ്ലവമാണ് റഷ്യയിൽ അദ്ദേഹം സംഘടിപ്പിച്ചത്. വൻകിട ഭൂഉടമകളുടെ സ്വത്തുക്കൾ പിടിച്ചെടുത്ത് ഗ്രാമീണ ദരിദ്രർക്ക് സൗജന്യമായി നൽകുകയാണ് റഷ്യയിലെ വിപ്ലവഗവൺമെന്റ് ചെയ്തത്.

ഈ മാതൃക പിടിച്ചാണ് മറ്റ് സോഷ്യലിസ്റ്റ് രാജ്യങ്ങളിൽ കാർഷിക വിപ്ലവം നടത്തിയത്. അവിടെയൊന്നും ചെറുകിടക്കാരും ഇടത്തരക്കാരുമായ പണിയെടുക്കുന്ന കൃഷിക്കാരുടെ ഭൂസ്വത്ത് ദേശവൽക്കരിച്ചില്ല, നേരെമറിച്ച്, ചെറുകിടക്കാരും ഇടത്തരക്കാരുമായ കൃഷിക്കാർക്ക് കൂടുതൽ നല്ല നിലയിൽ കാർഷികോല്പാദനം നടത്താനാവശ്യമായ സാങ്കേതിക സാമ്പത്തിക സഹായങ്ങൾ നൽകി. അങ്ങനെ കർഷക ജനസാമാന്യത്തിന്റെ ഉൽപ്പാദനക്കഴിവും ജീവിതനിലവാരവും ഉയർന്നുയർന്നുവന്നു. മാർക്സ് *മൂലധന*ത്തിൽ വിഭാവനം ചെയ്യുന്നതുപോലുള്ള ഭൂസ്വത്ത് ദേശവൽക്കരണം സോവിയറ്റ് യൂണിയനടക്കം ഒരു

സോഷ്യലിസ്റ്റ് രാജ്യത്തും നടന്നില്ല. നേരെമറിച്ച്, പാവപ്പെട്ടവരും ഇടത്തരക്കാരുമായ കൃഷിക്കാരുടെ ഉല്പാദനക്ഷമതയും ജീവിതനിലവാരവും ഉയർത്തുകയാണ് സോവിയറ്റ് യൂണിയൻ തൊട്ടുള്ള എല്ലാ സോഷ്യലിസ്റ്റ് രാജ്യങ്ങളിലും നടന്നത്.

ഇന്ന് ഇന്ത്യയടക്കം ഒരു രാജ്യത്തും മാർക്സിസ്റ്റ് – ലെനിനിസ്റ്റുകാരുടെ ലക്ഷ്യം ഭൂസ്വത്തിന്റെ ദേശവൽക്കരണമല്ല. സ്വത്തിന്റെ പുനർവിഭജനം, ഭൂരഹിതരെ ചെറുകിടയിലും ഇടത്തരത്തിലുമുള്ള പണിയെടുക്കുന്ന കൃഷിക്കാരാക്കിമാറ്റൽ, അവരുടെ കാർഷികോല്പാദന പ്രക്രിയക്ക് സാങ്കേതികവും സാമ്പത്തികവുമായ സഹായം നൽകൽ, അതിനുള്ള ഒരു മുഖ്യോപാധിയായി പരസ്പര സഹായപ്രസ്ഥാനം വളർത്തൽ – ഇതൊക്കെയാണ് ഫ്യൂഡൽ പാട്ടവും മുതലാളിത്ത തറപ്പാട്ടവും പിരിക്കുന്ന കൂറ്റൻ ഭൂഉടമകൾക്കെതിരായി കർഷക ജനസാമാന്യത്തെ ശക്തിപ്പെടുത്താനുള്ള മാർഗം.

ബൂർഷ്വാ അർഥശാസ്ത്രഗ്രന്ഥങ്ങളും മാർക്സിന്റെ മൂലധനവും

മൂന്നാം വാള്യത്തിൽ 7-ാം ഭാഗത്തിന്റെ തലക്കെട്ട് ഇതാണ്. 'ആദായങ്ങളും അവയുടെ ഉറവിടങ്ങളും.' തൊഴിലാളിക്ക് കൂലി, മൂലധന ഉടമയ്ക്ക് പലിശയടക്കമുള്ള ലാഭം, ഭൂ ഉടമയ്ക്ക് പാട്ടം എന്ന മൂന്ന് ആദായങ്ങളാണ് മുതലാളിത്ത സമൂഹത്തിലുള്ളത്. അവയുടെ ഉറവിടങ്ങൾ ഏവയെന്ന് നേരത്തെ വിശദീകരിച്ചിരുന്നത് സംഗ്രഹിക്കുകയാണ് 48 മുതൽ 52 വരെയുള്ള അധ്യായങ്ങളിൽ മാർക്സ് ചെയ്യുന്നത്.

ഈ ആദായങ്ങളെയും അവയുടെ ഉറവിടങ്ങളെയും കുറിച്ച് ബൂർഷ്വാ അർഥശാസ്ത്രകാരന്മാർക്ക് ഒരു 'സിദ്ധാന്ത'മുണ്ട്: അധ്വാനത്തിൽ നിന്ന് കൂലിയെന്നപോലെ, മൂലധനത്തിൽനിന്ന് ലാഭവും ഭൂമിയിൽനിന്ന് പാട്ടവും കിട്ടുന്നുവെന്നാണ് അവർ അഭിപ്രായപ്പെടുന്നത്. ഇതിനെ ഖണ്ഡിക്കാനാണ് മാർക്സ് ഒന്നാംവാള്യംതൊട്ട് മൂന്നാം വാള്യം അടക്കമുള്ള മൂവായിരത്തോളം പേജുകൾ ഉപയോഗിക്കുന്നത്.

ബൂർഷ്വാ അർഥശാസ്ത്രകാരന്മാർ അധ്വാനത്തെയും മൂലധനത്തെയും ഭൂമിയെയും ഓരോ 'വസ്തു'വായിട്ടാണ് കാണുന്നത്. ആ 'വസ്തു'വിന്റെ സവിശേഷതയാണ് കൂലിയും ലാഭവും പാട്ടവും സൃഷ്ടിക്കാനുള്ള കഴിവ്. ആ മൂന്ന് രൂപങ്ങളിലുമുള്ള ആദായങ്ങൾ കൈവശപ്പെടുത്തുന്നവരാണ് തൊഴിലാളികളും മുതലാളിമാരും ഭൂഉടമകളുമെന്ന് ബൂർഷ്വാ അർഥശാസ്ത്രഗ്രന്ഥങ്ങൾ അഭിപ്രായപ്പെടുന്നു.

മാർക്സ് ആകട്ടെ അധ്വാനത്തെയും മൂലധനത്തെയും ഭൂസ്വത്തിനെയും ഓരോ 'വസ്തു'വായല്ല കാണുന്നത്. പിന്നെയോ? ഓരോ തരത്തിലുള്ള സാമൂഹ്യ ബന്ധങ്ങളായാണ്. അതുകൊണ്ടാണ് *മൂലധനം* മൂന്നാംവാള്യത്തിന്റെ 52-ാം അധ്യായത്തിൽ 'വർഗങ്ങൾ' എന്ന തലക്കെട്ട് മാർക്സ് കൊടുത്തത്. ആ അധ്യായം അദ്ദേഹം തുടങ്ങുന്നതിങ്ങനെയാണ്:

അധ്വാനശക്തിയുടെ മാത്രം ഉടമകൾ, മൂലധനത്തിന്റെ ഉടമകൾ,

ഭൂഉടമകൾ എന്നിവരുടെ വരുമാനത്തിന്റെ ഉറവിടങ്ങൾ യഥാക്രമം കൂലി, ലാഭം, തറപ്പാട്ടം എന്നിവയാണ്. മറ്റുവാക്കുകളിൽ പറയുന്നതായാൽ കൂലിവേലക്കാർ, മുതലാളിമാർ, ഭൂഉടമകൾ എന്നിവരാണ് മുതലാളിത്തോല്പാദന രീതിയിലധിഷ്ഠിതമായ ആധുനിക സമൂഹത്തിലെ മൂന്ന് വലിയ വർഗങ്ങളായിത്തീരുന്നത്.

ഈ നിരീക്ഷണത്തോടെ തുടങ്ങുന്ന 52-ാം അധ്യായത്തിൽ 4 ഖണ്ഡികകൾ കൂടി എഴുതിയ മാർക്സിന് പിന്നെ തുടരാൻ കഴിഞ്ഞില്ല. വർഗങ്ങളുടെ ജീവിതവും പ്രവർത്തനവും സവിസ്തരം പരിശോധിക്കാൻ ഉദ്ദേശിച്ചിരുന്നുവെങ്കിലും അത് പൂർത്തിയാക്കാൻ അദ്ദേഹത്തിന് കഴിഞ്ഞില്ല.

പക്ഷേ ഒന്നുമുതൽ മൂന്ന് കൂടിയുള്ള വാല്യങ്ങളിൽ തന്റെ വിശകലനത്തിന്റെ ഫലം അദ്ദേഹം സംഗ്രഹിച്ചുചേർത്തിരിക്കുന്നു. അതായത്,

1. അധ്വാനശക്തിയുടെയും മൂലധനത്തിന്റെയും ഉടമകൾ തമ്മിലുള്ള കരാറിന്റെ ഫലമായാണ് 'മിച്ചമൂല്യം' ഉണ്ടാകുന്നത്. അത് തൊഴിലാളിയുടെ ദൃഷ്ടിയിൽ മുതലാളി നടത്തുന്ന ചൂഷണത്തിന്റെ രൂപമാണ്. മുതലാളിയുടെ ദൃഷ്ടിയിലാകട്ടെ, താനിറക്കിയ മൂലധനത്തിന് കിട്ടുന്ന 'ലാഭ'മാണ്.

2. തൊഴിലാളിയിൽനിന്ന് മുതലാളി തട്ടിയെടുക്കുന്ന 'മിച്ചമൂല്യം' 'ലാഭ'മായി മാറണമെങ്കിൽ ഉൽപ്പാദനപ്രക്രിയയിൽ നിന്നുളവാകുന്ന മിച്ചോല്പന്നം പണമായി മാറണം. ആ മാറ്റത്തെ മാർക്സ് 'പരിക്രമണം' എന്ന് വിളിക്കുന്നു. ആ പ്രക്രിയയിലൂടെ 'മിച്ചമൂല്യ'ത്തിൽ പങ്കുപറ്റുന്ന പുതിയ രണ്ട് വിഭാഗങ്ങൾ മുതലാളിമാർക്കിടയിലുണ്ടാകുന്നു - വാണിജ്യമുതലാളിയും പണമിടപാട് മുതലാളിയും. ഉല്പാദകമൂലധനത്തിന്റെ ഉടമ മിച്ചമൂല്യത്തിന്റെ ഓരോ പങ്ക് വാണിജ്യമുതലാളിയും പണമിടപാട് മുതലാളിയുമായി പങ്ക് വയ്ക്കുന്നു. എന്തുകൊണ്ടെന്നാൽ, അവരിരുവരുടെയും സേവന ഉല്പാദനോപകരണങ്ങൾ വാങ്ങുന്നതിലും ഉല്പന്നം വിറ്റഴിക്കുന്നതിലുമുള്ള സഹായം - വാണിജ്യമുതലാളിയിൽനിന്ന് ഉല്പാദനപ്രക്രിയയിൽ ഇറക്കേണ്ട സംഖ്യ മുൻകൂട്ടി നൽകുകയെന്ന സേവനം പണമിടപാട് മുതലാളിയിൽനിന്നും ഉല്പാദകമുതലാളിക്ക് ആവശ്യമാണ്. അതുകൊണ്ട് ഉല്പാദകമൂലധനത്തിന്റെ ഉടമ ആദ്യം കൈവശപ്പെടുത്തുന്ന മൊത്തം 'മിച്ചമൂല്യം' വ്യാവസായിക-വാണിജ്യ മുതലാളിമാരുടെ 'ലാഭ'വും പണമിടപാടുകാരന്റെ 'പലിശ'യുമായി മൂലധനോടമകൾ തമ്മിൽ പങ്കുവയ്ക്കുന്നു. അങ്ങനെ 'ശരാശരി ലാഭ'വും 'ശരാശരി പലിശ'യും വരുന്നു. അതോരോന്നും കൈവശപ്പെടുത്തുന്ന വിവിധ മൂലധനോടമകൾ മുതലാളിവർഗത്തിന്റെ വിവിധവിഭാഗങ്ങളാണ്.

3. വിവിധ വിഭാഗങ്ങളിൽപ്പെട്ട ഈ മുതലാളിമാരും അവർക്കിട

യിൽ പങ്കുവയ്ക്കുന്ന 'മിച്ചമൂല്യം' സൃഷ്ടിക്കുന്ന തൊഴിലാളികളും തമ്മിൽ തികച്ചും വിരുദ്ധങ്ങളായ താല്പര്യങ്ങളാണ് ഉള്ളത്. അതാണ് മുതലാളിത്ത സമൂഹത്തിന്റെ ഹൃദയമെന്ന് പറയാവുന്ന വർഗസമരത്തിന് അടിസ്ഥാനം.

4. എന്നാൽ ഉല്പാദക മൂലധനത്തിന്റെ ഉടമയ്ക്ക് ഒരു വിധത്തിലുമുള്ള സേവനം നൽകാത്ത ഒരു വിഭാഗം കൂടി മുതലാളി വർഗത്തിലുണ്ട്. അതാണ് മുതലാളിത്ത ഭൂഉടമ. ഉല്പാദനപ്രക്രിയയ്ക്ക് അവശ്യോപാധിയായ ഭൂസ്വത്തിന്മേലുള്ള കുത്തകാവകാശം നിമിത്തം മറ്റ് മുതലാളി വിഭാഗങ്ങൾക്ക് കിട്ടുന്ന 'ലാഭ'ത്തിന്റെയും 'പലിശ' യുടെയും ശരാശരിയേക്കാൾ കവിഞ്ഞ ഒരു സംഖ്യ മുതലാളിത്ത ഭൂ ഉടമയ്ക്ക് കിട്ടുന്നു. അതവസാനിപ്പിക്കുന്നത് മറ്റ് മുതലാളി വിഭാഗങ്ങളുടെ കൂടി താൽപ്പര്യമാണ്.

അതായത് ഭൂസ്വത്തിന്റെ ദേശവൽക്കരണം സോഷ്യലിസ്റ്റ് സമൂഹം വരുന്നതിന് മുൻപ് തന്നെ സാധ്യമാണ്, ആവശ്യമാണ്. പക്ഷേ ഭൂസ്വത്തിന്മേലുള്ള കുത്തക അവസാനിപ്പിച്ചാൽ അതിന്റെ സ്വാഭാവിക ഫലമായി വ്യവസായത്തിന്റെയും വ്യാപാരത്തിന്റെയും പണമിടപാടിന്റെയും മേഖലയിലേക്കു കൂടി ദേശവൽക്കരണം വ്യാപിച്ചേക്കാമെന്നതിനാൽ ബൂർഷ്വാ സമൂഹം അതിനെ എതിർക്കുന്നു.

19-ാം നൂറ്റാണ്ടിന്റെ അവസാന പതിറ്റാണ്ടുകളിൽ ലോകമുതലാളിത്തത്തിനുണ്ടായ സ്ഥിതിയെ വിശകലനം ചെയ്ത് മാർക്സ് ചെന്നെത്തിയ നിഗമനങ്ങളാണ് ഇവിടെ കൊടുത്തത്. അദ്ദേഹം അന്തരിച്ചതിനുശേഷം മുതലാളിത്ത സമൂഹത്തിൽ ഭൂ ഉടമയ്ക്ക് കിട്ടുന്നതായി മാർക്സ് ചൂണ്ടിക്കാണിച്ച കുത്തകാവകാശം വ്യവസായ - വാണിജ്യ മുതലാളിമാർക്കും പണമിടപാട് മുതലാളിമാർക്കും കിട്ടിയതായി പിന്നീട് ലെനിൻ ചൂണ്ടിക്കാണിച്ചു. സമ്പദ്വ്യവസ്ഥയുടെ എല്ലാ മേഖലകളിലും കുത്തകകൾ ആധിപത്യം സ്ഥാപിക്കുക മാത്രമല്ല, ഉൽപ്പാദക മൂലധനത്തിന്റെമേൽ ഊഹക്കച്ചവട മൂലധനത്തിന് മേൽകൈ കിട്ടുക കൂടി ചെയ്തു. ഈ പ്രവണതയാണ് ലെനിൻ *സാമ്രാജ്യത്വം* എന്ന ഗ്രന്ഥത്തിൽ അപഗ്രഥിച്ചത്.

ലെനിന്റെ ഗ്രന്ഥം പുറത്തുവന്നതിൽ പിന്നീട് അതിൽ ചൂണ്ടിക്കാണിച്ച എല്ലാ പ്രവണതകളും കൂടുതൽ കൂടുതൽ ശക്തിപ്പെടാൻ തുടങ്ങി. വ്യവസായശാലകൾ, കൃഷിയിടങ്ങൾ, വ്യാപാര സ്ഥാപനങ്ങൾ, ബാങ്കുകൾ എന്നിവയ്ക്ക് പുറമേ സാമൂഹ്യവും സാംസ്കാരികവുമായ ജീവിതത്തിന്റെ എല്ലാ തുറകളിലും ആധിപത്യം ചെലുത്തുന്ന ഏതാനും വികസിത മുതലാളിത്ത രാജ്യങ്ങളിലെ ബഹുരാഷ്ട്രകുത്തകകൾ ലോകത്തെയാകെ വിഴുങ്ങുകയെന്ന സ്ഥിതിവന്നു. അതിന്റെ ഇന്നത്തെ രൂപമാണ് ലോകബാങ്ക്, ഐ എം എഫ്, ലോകവ്യാപാരസംഘടന എന്നീ സാമ്പത്തിക സ്ഥാപനങ്ങളിലൂടെയും ബഹുരാഷ്ട്രകുത്തകകളുടെ നിയന്ത്രണത്തിലുള്ള മാധ്യമങ്ങളിലൂടെയും ഐക്യരാ

ഷ്ട്രസഭ മുതലായ രാഷ്ട്രീയ – നയതന്ത്ര ബന്ധസ്ഥാപനങ്ങളിലൂടെയും ഇന്ന് ആഗോളമായി പ്രവർത്തിക്കുന്നത്.

എന്നാൽ ഈ ലോകമേധാവിത്വത്തിനെതിരെ പോരാടുന്ന ജനകോടികളും അവർക്ക് നേതൃത്വം നൽകുന്ന തൊഴിലാളി – കർഷകാദി ബഹുജനങ്ങളും ഇടതുപക്ഷ പാർട്ടികളും ലോകത്തെല്ലായിടത്തും വളർന്നുവന്നിട്ടുണ്ട്. ഈ രണ്ട് വിരുദ്ധ ശക്തികൾ തമ്മിലുള്ള രൂക്ഷസമരമാണ് ഇന്നത്തെ ആഗോള രാഷ്ട്രീയത്തിന്റെ കേന്ദ്രം. അതിൽ സജീവമായി ഇടപെടുന്നതിന് മാർക്സിന്റെ *മൂലധനാ*പഗ്രഥനം നമ്മെ സഹായിക്കും.

പക്ഷേ മാർക്സും എംഗൽസും ചേർന്ന് രൂപപ്പെടുത്തിയ വൈരുധ്യാത്മകവും ചരിത്രപരവുമായ ദൗതികവാദത്തിലെ അവസാനവാക്കാണ് മാർക്സിന്റെയും എംഗൽസിന്റെയും രചനകളെന്ന് കരുതിക്കൂടാ. അവർക്കുശേഷം ലെനിനും അദ്ദേഹത്തിനുശേഷം അനന്തരകാല ലെനിനിസ്റ്റുകാരും ചെയ്തതുപോലെ മാർക്സിസ്റ്റ് – ലെനിനിസ്റ്റ് വിജ്ഞാനം ആധുനിക സംഭവങ്ങളുടെ വെളിച്ചത്തിൽ വിശകലനം ചെയ്യാനും വളർത്തിയെടുക്കാനും നാം പഠിക്കണം.

Printed in the USA
CPSIA information can be obtained
at www.ICGtesting.com
LVHW041743111123
763364LV00082B/773